*Không có sông nào để vượt qua*

# Không có sông nào để vượt qua
## (NO RIVER TO CROSS)
Written by Seon Master Daehaeng

Xuất bản: Nhà xuất bản Hanmaum
Biên tập: Viện Văn hóa quốc tế Hanmaum
Biên dịch: Hạnh Huệ
Thiết kế trang bìa: Su Yeon Park
Ngày phát hành: Tháng 4 năm 2020
Đăng ký xuất bản: 384-2000-000010

1282 Gyeongsu-daero, Manan-gu, Anyang-si, Gyunggi-do,
13908, Republic of Korea
[Within Korea] tel:(031)470-3175 / fax:(031)470-3209
[Outside Korea] tel:(82-31)470-3175 / fax:(82-31)470-3209
E-mail: onemind@hanmaum.org

Chúng tôi xin chân thành cảm ơn Thiền viện Viên Chiếu đã
giúp biên soạn bản tiếng Việt này.

In tại Hàn Quốc

ISBN  978-89-91857-61-2 (03220)

Danh sách dự kiến xuất bản của Thư viện Quốc gia Hàn Quốc
(CIP) của cuốn sách này có thể được sử dụng tại trang web Hệ
thống hỗ trợ phân phối thông tin Seoji (http://seoji.nl.go.kr) và
Hệ thống xây dựng danh sách tổng hợp dữ liệu quốc gia
(http://kolis-net.nl.go.kr)(Số kiểm soát CIP: CIP2020014761)

THIỀN SƯ NI DAEHAENG

HẠNH HUỆ dịch

# Không có sông nào để vượt qua

## *(No River to Cross)*

*Xin chân thành cảm ơn dịch giả VIÊN CHIÊu Zen Covent và HẠNH HUỆ đã cung cấp bản dịch tuyệt vời*

## Lời giới thiệu

Cuộc sống luôn luôn là dòng sông trôi chảy, chúng ta sống là chảy, là hoạt động không ngừng. Vì luôn đồng hành, luôn tươi mới nên không đứng lại, không ở một bên bờ để ngóng tìm bờ bên kia.

Ni sư Đại Hằng (Daehaeng) đã thể nhập tính sống trọn vẹn. Những bài pháp mạnh mẽ của Sư giúp chúng ta cảm nhận năng lực vô tận của chính mình và của cả thế giới. Xin trân trọng giới thiệu bản dịch này, như một món quà cho năm 2012.

TN. Như Đức
Viên Chiếu đầu mùa An cư

# *Lời đầu sách*

Sự cống hiến mà chư ni Đại Hàn đã và đang làm đối với Phật giáo bị bỏ qua một cách không hợp lý. Có rất ít tư liệu về hoạt động của chư ni trong sử liệu Phật giáo Đại Hàn. Chỉ có một vài ghi chép về chư Ni trong triều đại Tân La (năm 57 trước kỷ nguyên đến 935), thêm một vài đại lược về chư Ni trong thời đại hoàng kim của Phật giáo ở vương triều Cao Ly (935-1392), nhưng sau đó lại chẳng có gì trong triều đại Chosun (Nhà Lý, 1392-1910), khi phụ nữ chịu áp bức trong định chế xã hội và Phật giáo thì bị các Nho sĩ đàn áp. Bất chấp sự mờ nhạt này, chư ni Đại Hàn thực sự đã tạo những bước tiến tột bực trong phần tư cuối thế kỷ XX. Và trong thế hệ hiện tại của những vị Ni phi phàm, không ngôi sao nào lại chiếu rực rỡ hơn thiền sư ni Đại Hạnh. Thực ra không có vị Ni nào lại có ảnh hưởng sâu rộng hơn vừa trong tông phái Tào Khê vừa trong toàn diện xã hội Đại Hàn.

Đối với Phật giáo Đại Hàn hiện đại, Thiền sư ni Đại Hạnh là một trong những khuôn mặt nổi tiếng và được kính trọng nhất, chắc chắn cũng là vị Ni có ảnh hưởng sâu rộng và năng nổ nhất trong truyền thống. Với phẩm chất tuyệt hảo của một thiền sư, Sư bà Đại Hạnh đã trải qua nhiều năm dài tu tập sâu trong núi rừng Đại Hàn trước khi ra giảng dạy. Sư nổi danh khắp nơi là một bậc thầy vừa có tuệ giác vừa có lòng từ bi sâu sắc, đã hướng dẫn hàng ngàn tăng ni, Phật tử trong suốt cuộc đời hoằng hóa. Một điều khác thường là đệ tử của Sư cũng gồm những vị tăng, điều chưa từng xảy ra trước đây trong nhà thiền, khi Ni không được xem trọng như Tăng. Trung tâm Thiền Nhất Tâm mà Sư bà sáng lập trên ba mươi năm trước đây, được nổi danh là một trong những cơ sở Phật giáo Đại Hàn có ảnh hưởng lớn nhất hiện nay, với hơn mười lăm chi nhánh trong nước và mười chi nhánh ở ngoại quốc.

Tài năng của Sư bà Đại Hạnh lan tỏa đến một thính chúng rộng lớn vừa xuất gia vừa tại gia đã được ghi lại đầy đủ trong tập sách: No River To Cross – Không Có Sông Nào Để Vượt Qua. Phương pháp giảng dạy của Sư bà thật vô cùng đơn giản mà cũng sâu sắc khác thường.

Sư bà nổi tiếng khắp nơi về sự thông tuệ, thấu suốt được bản tính của mọi người, cùng khả năng sử dụng tuệ giác đó sao cho giáo pháp giảng dạy đáp ứng một cách chính xác với nhu cầu người nghe. Được dàn trải y như kinh điển cổ truyền Ấn Độ, cuốn sách đã trình bày lời dạy của Sư bà theo phương cách khiến học giả hay người nghiên cứu đều hiểu được. Trong tuyển tập, Sư bà Đại Hạnh đã nổi bật như một trong những vị Thầy với lối dạy sáng tạo và dễ hiểu nhất của Phật giáo hiện đại Đại Hàn, người có thể sử dụng ngay cả những gì thông tục nhất trong đời thường để biến thành bột trong cối xay của giáo pháp và sự tu tập.

*Robert Buswell, Giám đốc Trung tâm*
*Nghiên cứu Phật giáo, UCLA*

---

Làm thế nào để đánh thức con người ra khỏi giấc mộng – đây là vấn đề thao thức của các bậc giác ngộ tự ngàn xưa. Bản thân đã nếm được mùi vị giải thoát, chư vị không đành lòng bỏ rơi người sau, tự nhủ: "Ta cũng chịu khổ đau như thế, ta cũng cư xử như vậy khi còn vô minh và cũng chẳng biết gì hay ho hơn". Khi thấy sự tàn hại do không hiểu ra được rằng mọi thứ chỉ là một, đều cùng chia sẻ một sinh mệnh và bản tâm, bậc giải thoát chỉ thẳng vào mặt trăng: "Mọi người có thấy không?". Cố tâm kéo các con ra khỏi nhà lửa, chư vị truyền đạt bằng cả ngôn ngữ và bản tâm.

Đôi khi người ta chỉ nhìn theo ngón tay của bậc thầy, có lúc họ chạy lại vào nhà lửa, bảo rằng bên trong ấm hơn. Các đạo sư đã nhỏ những giọt nước mắt vì nỗi đau vô tận, hay niềm hân hoan tột cùng. Cho dù chư vị có được tôn kính hay bị sỉ vả cũng chẳng ăn nhằm gì.

Các ngài sống không vì thú vui vật chất hay chỉ theo thói quen. Đúng hơn, các ngài sống để thấy người ta khôn ngoan hơn trước kia, thấy họ mở mắt nhìn được khả năng vô tận bên trong, nơi mà các quan niệm và tư tưởng về cái "tôi" bị thiêu rụi như cỏ khô trong lò.

Sư bà Đại Hạnh là người như thế. Với lòng từ bi và tuệ giác sâu sắc, Sư bà dạy cho những ai biết lắng nghe. Sư bà dạy con đường giải thoát bằng lời chỉ thẳng khiến cho bất cứ ai, dù ở hoàn cảnh nào cũng có thể tu tập và giải thoát. Vì rốt cục chẳng phải hoàn cảnh làm chướng ngại chúng ta mà chính là tư tưởng. Do sự yêu ghét, phiền trách và oán hận mà kết cục ta tự nhốt mình trong đám mây mù tự tạo, không sao biết được quay đầu về đâu hay sống như thế nào. Sư bà không những chỉ cách cho ta đánh tan mây mù mà còn hiến bày khả năng giải thoát của tự tánh chúng ta.

Tuy Sư bà Đại Hạnh đã chỉ đường, nhưng chúng ta phải áp dụng những gì đã hiểu để tu tập, để khám phá ra kho báu vượt thoát ba cõi và nhận lại gia tài làm người.

*Chong go Sunim*

**Thiền sư ni Đại Hằng**
*Zen Master Daehaeng*

Sư bà Đại Hằng sinh năm 1927, trong một gia đình quyền quý. Gia thế vốn giàu có, nhưng khi Sư bà ra đời thì hoàn cảnh họ khá bấp bênh. Hoàng gia Nhật quyết tâm thôn tính Đại Hàn nên đem quân đội chiếm đóng từ năm 1904, với chính sách ngày càng tàn bạo và nặng nề. Cha của Sư bà nguyên là tướng quân triều đình của vị vua Đại Hàn cuối cùng nên vẫn tiếp tục chống đối quân Nhật xâm lược. Hậu quả là quân Nhật tịch thu toàn bộ nhà cửa, tài sản, đất đai của gia đình khi Sư bà lên sáu tuổi. Họ chạy thoát mật thám Nhật chỉ trong giây phút, duy có bộ quần áo mặc trên người, vượt sông Han, xây một túp lều trú ẩn trên núi phía nam Hán thành. Trong một thời gian dài, thức ăn của họ chỉ là những gì xin được hay đi mót lúa ngoài đồng khi đã gặt xong.

Sự bóp nghẹt liên tục của Nhật, việc triều đình Đại Hàn sụp đổ, hoàn cảnh bi đát của gia đình đã làm tâm trí cha Sư bà ngập tràn niềm thất vọng và phẫn nộ. Dù vẫn tử tế, hay giúp đỡ người khác nhưng ông lại dồn tất cả sự giận dữ, oán hận lên Sư bà, đứa con gái đầu của mình. Hoang mang, không sao hiểu nổi những gì xảy đến cho mình, Sư bà trốn lánh khỏi túp lều càng nhiều càng tốt. Dù bóng đêm và những âm thanh quái lạ làm Sư bà vô cùng sợ hãi, nhưng Sư bà bắt đầu ngủ ngoài rừng, lấy lá phủ cho ấm.

Khi Sư bà lên tám tuổi thì những ngày lạnh lẽo, đói khát đã kéo dài hai năm. Cho dù cuộc đời quá khổ cực, nhưng trong nội tâm Sư bà lại khởi sự cảm thấy khác hẳn. Nỗi sợ hãi phải sống ngoài núi rừng vào ban đêm đã phai nhạt, dần dần bóng đêm trở nên thoải mái, ấm áp, đẹp đẽ. Trong rừng không có sự khác biệt giữa giàu nghèo, quý tiện, mọi sinh vật sống hỗ tương, hài hòa với nhau. Đem so sánh, thì thế giới bên ngoài tràn ngập sự bất bình đẳng và khổ đau.

Nhìn đâu, Sư bà cũng thấy con người sinh ra chỉ để chịu khổ. Suốt ngày họ sống tách biệt với mọi người để đeo đuổi những điều đến phút chót mới thấy thật là vô ích, y như họ sống qua một đời đến khi bệnh hoạn rồi chết. Cuộc sống chỉ như vậy sao? Hiện hữu đó có ý nghĩa gì? Qua trực giác, Sư bà cảm nhận còn có những điều khác, những gì cốt yếu mà mắt Sư bà không thấy được. Cái đó là gì? Có những ngày liền, Sư bà tựa lưng vào phiến đá hay gốc cây, suy tư tìm tòi, thiết tha mong muốn hiểu được những gì đã tạo nên Sư bà. Càng lớn, cái mong muốn đó càng mãnh liệt khiến đôi khi Sư bà nghĩ thà chết còn hơn là không tìm được câu trả lời cho những thắc mắc này. Ngập chìm trong nỗi nghi vấn, núi rừng quả là nguồn an bình, nuôi dưỡng Sư bà.

Bất ngờ một ngày Sư bà tìm được những gì mải hoài tìm kiếm: nó đã có sẵn trong Sư bà, và vẫn luôn ở với Sư bà. Điều đó thật ấm áp, tuyệt diệu biết bao nên Sư bà gọi là Appa, có nghĩa là Cha. Đây không phải là ông cha mà Sư bà không dám để thấy mặt, một ông cha không hề yêu thương Sư bà; nhưng chính bản tâm đã tạo ra Sư bà, chân tính là người sáng tạo đích thực. Sư bà òa khóc, không ngớt gọi 'Cha ơi, Cha ơi', lòng tràn ngập niềm vui khi biết cha mẹ đích thực, chân tánh luôn có sẵn, không hề rời Sư bà.

Nhiều năm về sau, Sư bà thường cười về việc này và bảo là: Nếu ta không quá trẻ và dốt nát, thì hẳn ta đã gọi là Phật tánh, chân tánh. Nhưng vào lúc đó, ta chỉ biết là một cái gì tràn đầy sự yêu thương, ấm áp nên ta gọi là 'Cha'. Ta cho 'Người cha' mà ta cảm nhận được trong nội tâm chính là cha ta". Sư bà xem 'Cha' là nguồn an ủi và trút hết tình thương vào đó. Mỗi khi Sư bà gọi thầm 'Cha ơi', Sư bà cảm thấy như sỏi đá, cây cối, thú vật cùng tất cả mọi thứ trở thành những người bạn thân thiết, quá sức thân thiết đến như cùng một hơi thở.

Không hiểu sao Sư bà lại biết là 'Cha' có thể trả lời mọi thắc mắc của Sư bà nên phó thác tuyệt đối vào đó. Sư bà sống một cách rất tự nhiên và không hề thử tin tưởng vào một cái gì bên ngoài Sư bà. Thật là tuyệt vời khi từ một người không có gì Sư bà lại nếm được mùi vị bất khả tư nghị của chánh pháp.

Sư bà cảm thấy 'Cha', cái bản tính vốn có đó, quý báu hơn bất kỳ thứ gì trong cả thế giới nên cứ lặp đi lặp lại: "Con muốn thấy Cha". Đáp lại lời van nài, một giọng nói sâu thẳm trong chính Sư bà lên tiếng: "Nhìn thử trong gương, ta ở đó". Bất kể bao nhiêu lần Sư bà nhìn gương, bất kể trong bao lâu, Sư bà chỉ thấy chính khuôn mặt mình. Không còn gì khác. Sư bà cảm thấy ê chề. Chưa bao giờ Sư bà được nghe một bài pháp, học một trang kinh, và không sao hiểu được điều mà Sư bà đang chứng nghiệm. Về sau Sư bà nhớ lại: "Dù cho lúc đó đã mười tám tuổi, ta vẫn không sao hiểu được ý nghĩa thật sự của điều đó".

Sau khi Đại Hàn được độc lập năm 1945, Sư bà theo tiếng gọi nội tâm và đi về hướng núi Odae. Trong dãy núi đó có một Thiền sư vĩ đại tên là Hanam mà Sư bà đã gặp.

Sư bà được gặp Thiền sư Hanam nhiều năm về trước, khi còn là một bé gái, ở với người cậu trong vùng, nên thường lên chùa để viếng Thiền sư. Sư bà nhớ lại: "Ta không hề biết đến những danh xưng về Thiền sư như là: Đại sư, Đại thiền sư, Đại trí tuệ". Thiền sư là người đứng đầu của giòng thiền Jogye, nhưng Sư vẫn vui đùa với ta, dúi cho ta bánh gạo rang khi không có ai. Sư mang lại lòng từ ái, bi mẫn cho những ai nghèo nàn, khốn khổ bởi họ đã bần cùng, chịu nhiều đau khổ. Với những ai mắt ngời sáng khát khao muốn biết chân lý, Sư đem đến trí tuệ và sự sách tấn. Bất kỳ là hạng người nào, bạn cũng có thể gặp gỡ Sư. Ngôn ngữ của người rất bình dị nhưng luôn hàm chứa thật sâu sắc. Trong sự chứng đắc sâu xa, Sư luôn ấm áp, an bình, như 'Cha'.

Sau khi đến núi Odae, Sư bà xin làm công quả, xin được vào Thiền đường dành cho Tỳ-kheo ni. Sau nhiều ngày ngồi thiền miên mật, Sư cảm thấy tay chân rã rời. Chợt một tư tưởng nổi lên, "Sao ta lại hủy hoại xe như vậy thay vì kéo trâu?" Về sau, Sư bà giải thích, "Thử nghĩ một chiếc xe, có trâu kéo. Nếu muốn đi tới, có nên đánh vào xe không? Không nên, mà chỉ lấy dây mũi, nhẹ nhàng dẫn trâu đi tới trước".

Vì vậy Sư bà bỏ Thiền đường và trở lại rừng sâu. Sư bà tu tập rất miên mật, không bận tâm đến chuyện giữ giới hay không giữ giới, cạo tóc hay để tóc dài, mà chỉ là hướng vào bên trong.

Mùa xuân năm 1950, Sư được thọ giới Sa-di. Thiền sư Hanam lại cắt tóc cho Sư bà. Ngài hỏi, "Ngay đây, ai là người thọ giới?"

Sư bà trả lời, "Chẳng có lúc nào Ngài trao Giới, mà chẳng có lúc nào con được thọ giới. Hạc chỉ bay về phía núi xanh".

Thiền sư Hanam dạy, "Con phải chết mới thấy được chính con".

Sư bà trả lời, "Cái ngã nào phải chết, ngã nào phải giết?"

Thiền Sư hỏi tới, "Tâm con ở đâu?"

Sư bà trả lời, "Chắc Ngài khát nước rồi. Xin hãy dùng chút nước".

Cuối cùng Thiền sư hỏi, "Nếu ta là cục nam châm, con là cây đinh, điều gì sẽ xảy ra?"

Sư bà trả lời, "Đinh cũng sẽ thành cục nam châm".

Thiền sư rất vui lòng, Ngài dạy, "Xuất cách! Thôi hãy đi theo đường của con".

Không lâu sau đó, nội chiến xảy ra và đất nước lâm vào cảnh hỗn loạn. Chỉ vài tháng sau, Thiền sư Hanam an nhiên thị tịch, trụ thế 75 năm, xuất gia làm đệ tử Phật hơn năm mươi tuổi hạ.

Sau khi rời Thiền sư Hanam, Sư bà đến Busan ở khoảng một năm. Sư bà dựng quán ăn cho phu bến tàu và người nghèo; còn làm thợ may, lấy binh phục may đồ dân sự. Trước đây khi sống khổ sở, chịu đựng một mình nên Sư bà cũng chẳng bận tâm. Nhưng bây giờ, thật không thể chịu nổi khi nhìn sự đau khổ kinh khủng của mọi người chung quanh. Dù có thể cho ăn, cho mặc nhiều người; nhưng Sư bà bắt đầu cảm thấy giúp người khác về mặt vật chất chỉ đến một giới hạn.

Sư bà hiểu ra rằng mình cần phải tu tập miên mật hơn nên rời Busan và cuộc sống đã tạo dựng ở đó. Chưa bằng lòng với những gì đã hiểu, Sư bà luôn tự vấn, "Mục đích cuộc đời là gì? Tại sao con người phải chịu khổ? Tại sao ta lại có mặt ở đây?" Sư bà tu tập ngày đêm không ngưng nghỉ, không ăn uống, nhưng câu đáp duy nhất chỉ là, "Phải chết mới thấy được chính mình". Sư bà đã giải đáp câu hỏi này ở nhiều mức độ sâu sắc khác nhau, nhưng Sư bà hiểu mình cần phải đi sâu hơn.

Tất cả năng lực của Sư bà chỉ tập trung vào nghi tình này, khi bước chân đưa Sư bà đi khắp đất nước. Mong muốn được biết câu trả lời thật là mãnh liệt, nhưng chẳng có câu trả lời nào từ nội tâm. Sự khao khát biết được câu trả lời tối thượng cho thoại đầu, "Hãy chết mới thấy được chính con", quá sức mãnh liệt khiến Sư bà cảm thấy cuộc đời không còn có ý nghĩa nếu không biết được câu trả lời. Kết quả là nhiều lần Sư bà đã tự vẫn nhưng không thành. Sư bà bước đi vô định. Điều bận tâm duy nhất là phải chết ở chỗ nào không phiền ai chôn xác. Bước chân Sư bà dừng lại trên vách đá nhìn xuống sông Han. Nhưng ngay giây phút nhìn xuống dòng sông, Sư bà quên hẳn chuyện muốn chết. Hẳn Sư bà phải đứng đó cả nửa ngày trời, nhìn dòng nước. Đột nhiên ra khỏi định, nước mắt Sư bà tuôn trào không sao kềm giữ được. Sư bà hiểu ra rằng, "Nước mắt của ta phải thành cả đại dương, một đại dương ta sẽ uống cạn".

Sư bà khóc trong niềm hân hoan vì thấu hiểu được làm thế nào để tiến tu. Nước mắt đó không chỉ là sự đồng cảm đơn thuần, mà chính là được nhập làm một, tan hòa với mọi nỗi khốn khó, đau khổ của chúng sanh. Hơn thế nữa, từ đây Sư bà biết khi đã hòa nhập được, Sư bà sẽ thể hiện tính nhất nguyên, từ trong bản thể (foundation) nhập làm một với những ai đang đau khổ. Theo cách này Sư bà có thể giúp không những từng cá nhân mà còn cả hành tinh nữa.

Sư bà sống trong rừng thêm mười năm nữa. Chẳng bao giờ Sư bà so sánh mình với người khác, và cũng chưa từng mãn nguyện với những gì mình đã nhận ra. Sư bà chỉ tiếp tục tiến tu trong khi vẫn thành tâm áp dụng cùng thử nghiệm những gì Sư bà đã khám phá, không chấp thủ vào bất cứ kinh nghiệm hay hiểu biết nào.

Tu tâm không ngưng nghỉ cùng thử nghiệm những hiểu biết và chứng đạt, Sư bà không hề bận tâm về thân. Khi cảm thấy cần ăn một chút, Sư bà ăn bất cứ cây cỏ gì quanh đó. Đôi khi tìm được nấm dại hay trái rừng; có lần được một nông dân cúng ít đậu khô. Sư bà trải qua nhiều mùa đông ở dưới gốc thông hay trong cái hố đào ở bờ cát gần sông. Có nhiều mùa đông, y phục Sư bà chỉ là một bộ quần áo mùa hè. Da Sư bà bị nứt nẻ và chảy máu thật tệ hại, xương lòi da, Sư bà cột tóc túm lại với dây cây hoàng tinh. Nhưng người nào gặp Sư bà, tâm đều bị chấn động bởi đôi mắt sáng của người.

Nhìn lại nhiều năm tu tập của Sư bà, mọi người thường nghĩ Sư bà đã chịu nhiều khổ sở, nhưng riêng Sư bà lại không nghĩ sự tu tập khổ đến như vậy. Sư bà không chủ ý tự dấn thân vào những thử thách gay go của khổ hạnh, nhưng chỉ là vì tất cả mọi chú tâm của Sư bà đều dồn vào bản tâm.

Đối với Sư bà chẳng hề có việc buông xả hay không buông xả. Sư bà chỉ tận dụng tất cả sự tỉnh giác tập trung đến bản thể đã tạo nên Sư bà. Sư bà không hề chú ý đến những việc bên ngoài mà chỉ quán sát những gì chạm đến cái tâm bên trong. Cũng y như ngồi yên lặng trên bãi cỏ, nhìn ngắm với tâm bình an. Trong khoảng thời gian một năm, nội việc cố gắng suy nghĩ cũng làm khuấy rộn Sư bà, nên dù tư tưởng có khởi lên, Sư bà cũng không đeo đuổi nữa. Khi tu tập như vậy, đôi lúc câu giải đáp bất ngờ hiện ra, hay có khi mãi về sau mới xuất hiện.

Trong lúc tu tập, có nhiều câu hỏi khởi lên từ bên trong, chẳng hạn, "Tại sao một chân của ta lại lớn hơn chân kia?". Nhưng khi nhìn xuống thì hai chân đều đồng cỡ! Khi những tư tưởng khởi lên như thế, Sư bà tập trung suy nghĩ thật sâu sắc, không cần biết trời sắp tối hay trời lạnh đến chừng nào. Sư bà không chủ ý tu tập như vậy, nhưng nó chỉ đến một cách tự nhiên. Sư bà còn không cảm nhận được thân thể của mình. Dù mắt nhắm nhưng tâm trí bên trong thì thanh tịnh, sáng rỡ. Có lần Sư bà ngồi nhiều ngày không động đậy khiến sau đó thân thể tê cứng, không thể nào nhấc tay chân.

Sư bà hồi tưởng lại, "Dù ta té xỉu gần chết hàng chục lần nhưng không chết. Ta không chết đói, không bị lạnh gần chết, cũng chẳng bị thú dữ làm tổn thương. Mỗi khi gần chết, lại có tư tưởng khởi lên giục ta phải đi đến đâu để tìm thứ đang cần. Có lần, đang đi trong đêm, tự nhiên ta không nhấc được chân, y như bị đông cứng. Khi nhìn quanh, mới biết là ta chỉ cách một bước đến bờ vực thẳm. Quý vị có biết cái gì làm chân ta tê cứng như vậy không? Chuyện này xảy đến cho ta quá nhiều lần, ta biết không phải là việc ngẫu nhiên."

Trong một buổi giảng pháp, Sư bà kể về những kinh nghiệm của mình: "Chính bản tâm của ta đã làm mọi chuyện. Bản tâm đã đưa ta đến những hoàn cảnh nguy hiểm, và cũng chính bản tâm đã giữ ta không bị chết. Ta chưa từng bị thương hay bị hại khi sống trong núi rừng, dù ta chỉ là một người đàn bà bé nhỏ, yếu ớt. Ta vượt qua được mọi thứ trong hơn mười năm, cho dù ta chưa bao giờ mang theo thực phẩm hay chuẩn bị áo quần cho mùa đông. Tất cả đều nhờ sức mạnh của chân tâm."

Có lần Sư bà nói, "Những gì ta thể nghiệm vào thời kỳ cuối của mười năm đó không thể diễn tả được. Cho dù có kể, không ai có thể tin ta. Một lần, con rồng khổng lồ hóa hiện hằng ngàn hình dạng khác nhau, thật là tuyệt đẹp. Ngọc mani rơi ra từ miệng rồng, kết thành xâu chuỗi. Bất chợt ta có cảm tưởng rồng chẳng phải là rồng. Đó chỉ là hóa hiện của một niệm từ bản thể mà thôi. Sau đó, rồng bay lên trời, chỉ để lại một cột lửa khổng lồ. Hình chữ "Vạn" bay trên đầu cột lửa. Toàn cột lửa từ từ chuyển động rồi hình như mọi thứ quanh ta cũng nối kết và chuyển động cùng với cột lửa.

Chứng nghiệm được những điều đã trải qua, Sư bà xác nhận được năng lực vô hình của vũ trụ và tự thanh lọc thân tâm để có thể sử dụng năng lực đó. Sư bà cảm nhận hình như mình có thể nắm trong tay quyền sinh sát toàn vũ trụ. Sư bà khởi sự tìm hiểu hành tinh, Thái dương hệ, dãy Ngân hà và vượt cả dãy Ngân hà chúng ta. Sư bà cũng đặc biệt chú ý đến bệnh hoạn vì thấy nó gây quá nhiều đau khổ. Sư bà cũng thử dùng năng lực của tâm để chữa bệnh dân trong vùng, rồi còn xem bệnh đã tác hại như thế nào. Sư bà thử nghiệm, không chỉ với bệnh hoạn mà còn trong những vấn đề về gia đình và xã hội.

Về sau, khi vẫn còn trong rừng, Sư bà thấy một nguồn ánh sáng lớn, chói lòa. Lúc đó Sư bà đang ngồi thiền và bất chợt được vây phủ bởi một nguồn ánh sáng vô cùng chói chang. Ánh sáng trải rộng khắp nơi, hằng cây số và Sư bà cảm nhận một niềm an lạc, sung mãn bất khả tư nghị. Khắp nơi phủ đầy ánh sáng, ánh sáng như trùm phủ cả những chỗ nhỏ bé nhất trong không gian. Sau lần chứng nghiệm này, ánh sáng luôn bao phủ Sư bà, Sư bà cảm như mọi thứ, mọi vật đều giúp đỡ Sư bà.

Sư bà nói, "Tôi không bao giờ tu tập để thành Phật hay để giác ngộ. Tôi chỉ muốn biết tôi là ai, tôi là gì, tại sao tôi lại được sinh ra. Sau khi hiểu ra thân thể không phải là tôi, ý thức không phải là tôi, sự quyết chí không phải là tôi, tôi chỉ muốn biết thực sự tôi là gì, khi gạt bỏ hết mọi thứ kia."

Có người hỏi Sư bà đã chứng đắc được gì khi tu tập trên núi. Sư bà trả lời, "Mọi người cứ nghĩ có nhiều giai đoạn chứng đắc cụ thể khi tâm đã sáng tỏ. Tuy nhiên trên thực tế, 'Vô chứng' mới là nguyên tắc chính cần chứng đạt. Nếu bạn nói đã chứng đạt, đã đến nơi, đã nhận ra được điều gì đó, là bạn đã không chứng đạt, không đến nơi, không thức tỉnh. Không đến, không chứng đắc, không sáng tỏ được điều gì chính là con đường để đến, để chứng đắc, để sáng tỏ."

Một người khác lại hỏi, nếu cần chứng đạo, có phải lên núi tu tập như Sư bà không? Sư bà trả lời, "Dĩ nhiên là không. Điều cốt tủy là phải đem tâm tu tập, chứ không phải thân.

Tôi chỉ tu tập với những khó khăn phải đương đầu, và những gì xảy ra là do hoàn cảnh riêng tôi. Hồi đó tôi nghèo, không còn chỗ nào để đi nên phải tu tập như vậy. Bất kể hoàn cảnh của quý vị như thế nào, hãy đem hết tâm mà tu tập."

Khoảng cuối những năm 1950, Sư bà sống trong một túp lều nhỏ, dưới chùa Sangwon ở núi Chiak chừng vài trăm mét. Sư bà sống thêm mười năm ở đó và trong vùng quanh thành phố Wonju, giúp đỡ những ai Sư bà gặp, và học hỏi được thêm nhiều kinh nghiệm đa dạng. Nghe đồn có Sư bà sống ở đó, nhiều người đến gặp Sư bà xin được giúp đỡ về những khó khăn gặp phải. Khi họ kể về những khổ nạn, Sư bà xem như vấn đề đó là của chính mình. Sư bà lắng nghe và chỉ nói, "Tôi hiểu. Mọi chuyện rồi sẽ tốt đẹp". Người ta từ tạ, biết là những điều khó khăn của mình rồi sẽ được giải quyết.

Họ đến gặp Sư bà để xin giúp đỡ với những vấn đề đang trực diện, nhưng trước sau gì thì các chuyện khác lại xảy đến. Cho dù lo được cho từng trường hợp cá biệt, nhưng Sư bà có thể thấy là cũng không thể giúp họ đến tận căn bản. Bởi thế, Sư bà tùy nghi dạy cho họ biết nương tựa vào tánh Phật của chính mình, vào bản tánh sẵn có, cùng dạy họ biết chính Phật tánh đã hướng dẫn, giải quyết các vấn đề cho họ. Có như vậy họ mới thoát ra được ràng buộc của luân hồi, nghiệp báo, sống đời tự do.

Năm 1972, Sư bà dời về thành phố Anyang, phía nam của Hán thành và lập Trung tâm thiền Hanmaum (Nhất tâm) đầu tiên. Sư bà khởi sự dạy mọi người về bản tâm thực sự của họ và làm thế nào để nương tựa bản tâm. Nhiều người bị lôi cuốn bởi cách giảng dạy của Sư bà vì Sư bà chỉ cho họ biết làm thế nào để tu tập trong cuộc sống thường nhật, bất kể họ bận rộn đến như thế nào, bất kể làm việc gì, gia cảnh ra sao. Theo thời gian, Phật tử ở những vùng xa hơn cũng xin Sư bà mở thêm những trung tâm thiền Hanmaum trong địa phương họ.

Cứ như thế, đến năm 2007, đã có mười lăm chi nhánh ở Đại Hàn và mười chi nhánh ở ngoại quốc. Sư bà còn là giáo thọ cho hơn 180 sư cô, nhiều người trong số đó làm việc tại trung tâm và giúp đỡ khách đến trung tâm.

*(Thuần Tỉnh dịch)*

# NỘI DUNG

# PHẦN I
## NHỮNG NGUYÊN TẮC

*Chương một*
## Những vấn đề chủ yếu

**Ta là ai?**

Trên mọi thứ, bạn phải thực sự biết chính mình. "Ta là ai?" và "Ta là gì?" là những câu hỏi quan trọng nhất. Có lẽ bạn nghĩ, "Tôi là tôi. Tôi là gì khác chứ?" Nhưng không đơn giản thế. Làm sao bạn hiện hữu? Nếu bạn nói rằng cha mẹ bạn sanh ra bạn, điều này ngụ ý rằng bạn chỉ là sự kết hợp sinh học của tinh cha và trứng mẹ. Bạn chỉ là thế thôi sao? Không! Có một thứ là bản thể, gốc rễ của bạn, đó là chân tánh của bạn. Bạn phủ nhận gốc rễ này chỉ vì bạn không thể thấy nó sao? Kinh nghiệm về gốc rễ này đối với chính bạn là việc phải làm khi bạn làm người.

Toàn thể vũ trụ hình thành sau khi bạn sinh ra. Thế giới hiện hữu, gia đình bạn hiện hữu, và mỗi một vật mà bạn bắt gặp cũng đang hiện hữu. Nếu bạn không hiện hữu thì chân lý và thế giới này có nghĩa gì với bạn? Cái gì thấy nghe, ngồi, đứng, nói năng, phản ứng với hoàn cảnh vào bất cứ lúc nào, nơi nào? Bạn phải biết rõ ràng chân tánh, nguồn gốc thực sự của bạn.

Thân xác là một loại vỏ, nhưng có cái gì khác khiến nó chuyển động. Thế mà, nhiều người cảm thấy rằng thân xác thực sự là "tôi". Thật ra, cái ngã này giống như một bao bố. Khi thân trở nên kiệt quệ và sẵn sàng bị ném bỏ, những vật bạn chất chứa suốt đời như "cái của tôi" còn dùng được gì?

Hãy nhớ rằng xác thịt của bạn không bền lâu mà thoáng qua như quần áo thay đổi. Quan sát tư tưởng cũng vậy. Trong khi quan sát, phải biết rõ cái được gọi là "tôi" chỉ có mặt tạm thời, bất thực. Biết rằng cái "tôi" này không thể thoát khỏi đau khổ, và sẽ bị tan hoại trong đau khổ. Nhưng mọi vật là thế sao? Không! Có chân ngã, chịu trách nhiệm thay y phục cũ và mặc y phục mới.

### Phật là gì?

Chữ "Phật" thường để chỉ một người giác ngộ, nhưng Phật không tùy thuộc vào người giác ngộ. Chân lý không tùy thuộc những lời dạy của bậc giác ngộ. Dù những lời dạy đó là cách tốt nhất để tìm chân tâm; chân lý là chân lý bất kể có người giác ngộ hay không. Ngay cả chữ "Phật" cũng chỉ là danh từ, bạn phải tìm ra mình thực sự là gì. Đó là lý do Phật Thích-ca Mâu-ni nói, "Thắp lên ngọn đèn chánh pháp bằng ánh sáng ngọn đèn bạn sẵn có".

Phật bao gồm từng vật một mà không có dấu vết nào của "ta" hay "ta đã làm..." Nếu đức Phật, Bồ Tát và những vị chứng ngộ ngự ở trên một cõi giới cao, các ngài không bao giờ có thể săn sóc khắp pháp giới. Trí óc và mắt thịt của phàm ngu không bao giờ có thể hiểu thấu được Phật thật. Phật thật không hình tướng, vì thế không gì có00 thể so sánh. Không thể nương tựa vào những pháp sư, Tổ sư, đại sư, bậc giác ngộ, Bồ tát hay chư Phật nào, vì trong chữ "Phật" không có Phật. Nhưng ai đã giác ngộ thì có thể thấy Phật khắp nơi.

Phật ở trong tâm bạn. Tất cả chúng sanh, Tổ sư, người giác ngộ và đức Phật trùm khắp vũ trụ và quá khứ, hiện tại, vị lai – tất cả đều ở trong tâm bạn. Bạn cố gắng vất vả tìm gì bên ngoài?

Vì bạn có mặt nên Phật hiện hữu. Hình bóng của Phật là hình bóng của bạn, và tâm Phật là tâm bạn.

### Phật tánh là gì?

Phật tánh là đời sống căn bản và vĩnh cửu của bạn, và là bản thể bao trùm toàn thể vũ trụ. Tuy nhiên, hầu hết người ta không nhận ra bản thể này đã có sẵn trong họ. Nếu bạn ngộ được Phật tánh trong bạn, ngay lúc đó bạn thành Phật.

Phật tánh có trước trời đất, bất diệt và bất tử, cả khi vũ trụ sụp đổ và không gian tự biến mất.

Phật tánh bao gồm mọi hiện tượng hữu hình hay vô hình trong vũ trụ, và Phật tánh ở ngay trong mỗi con người. Như thế, trong mỗi chúng ta, có khả năng bẩm sinh săn sóc mọi vật, hữu hình lẫn vô hình.

Có Phật tánh trong mọi sinh vật, và mọi sinh vật là Phật sẵn có. Thường người ta nghĩ rằng, sau khi trèo non vượt suối và trải qua nhiều khó khăn, họ có thể tìm Phật tánh ở một nơi xa lạ nào đó. Nhưng không đúng vậy, kho tàng chân thật ở trong bạn.

Có thể thành Phật ngay dù bạn không biết gì cả. Ai ai cũng có thể thành Phật. Nếu kho tàng chân thật được chôn dấu nơi nào xa xôi khó đến, làm sao chúng ta có thể nói rằng mọi người cùng có Phật tánh như Phật? Chân lý mà Phật dạy ứng dụng cho mọi người mọi vật.

### Phật pháp là gì?

Phật pháp là chân lý và nguyên tắc nhờ đó mọi thứ vận hành. Điều này gồm những cõi hữu hình, vô hình, và tất cả chúng sanh đều ở trong đó. Đó là sự thật mà tất cả chư Phật đã giác ngộ và dạy từ ngàn xưa.

Phật pháp chỉ chúng ta mục đích cuộc đời và dạy chúng ta Đạo. Nếu không biết mình là ai, thì chúng ta không biết dựa vào đâu, hay ngay cả tại sao mình sống. Phật pháp chỉ chúng ta biết mình là ai và cuộc đời là gì.

Phật pháp không bao giờ tàn lụi như sự có mặt của con người, vì nó hoạt động xuyên qua cuộc sống hằng ngày của mọi sinh vật từng phần một. Phật pháp không bị mau diệt như ba cõi, vì hoạt động của ba cõi chính là Phật pháp. Nhìn theo cách khác, Phật là đời sống vĩnh hằng mà có mọi hình thức tồn tại, và Pháp là những tư tưởng và hành động của những đời sống này.

Thật không dễ gặp được cốt tủy của Phật pháp, ngay cả hằng triệu kiếp, không phải vì Phật pháp khó hiểu, mà vì tâm người làm nó khó. Dù có nhiều bài giảng cao siêu và khó trên thế giới, nhưng Phật pháp vĩ đại không phải vì nó cao siêu và khó, mà vì nó đơn giản và dễ chỉ chân lý cho mọi người.

### Phật giáo là gì?

Phật giáo hoạt động khắp nơi và bao trùm mọi vật không giới hạn. Hãy ví dụ chữ Phật giáo bằng tiếng Hàn, Bulgyo. Âm Bul đầu, chỉ cho nguồn căn bản của mỗi cuộc sống, gồm cả ngọn cỏ, và âm thứ hai gyo, chỉ cho sự học hỏi lẫn nhau, chúng ta tương giao qua tiếng nói, tâm và hành động. Vì thế chữ "Phật giáo" nghĩa là tương giao với nhau qua bản thể, qua bản thể của cuộc sống, và qua đó lắng nghe nhau, học hỏi lẫn nhau. "Phật giáo" là một mô tả về cách vận hành của toàn thể vũ trụ và cũng là một giải thích về chính chân lý. Tôn giáo, về cơ bản không quan trọng, cốt tủy của những bài pháp là bản thể của muôn vật hiện hữu bên trong, không ở bên ngoài.

Mục đích học Phật là khám phá ta là ai. Khám phá "ta là ai" nghĩa là trở về bản thể. Tu tập Phật giáo là tin vào chân ngã của mình, không phải là "tôi" nhãn hiệu, mà chúng ta lầm là bản tánh của mình. Khi chúng ta quên cái "tôi" này, thì chân ngã luôn luôn có mặt của chúng ta, sẽ chiếu sáng.

*Chương hai*
## Chân lý bất diệt

**Hanmaum**

Han nghĩa là một, vô hạn, kết hợp và ma-um là tâm. Hanmaum là bản tâm không thể nghĩ bàn, không thể thấy, vượt trên thời gian và không gian, vô thủy vô chung. Nghĩa là tất cả tâm, chúng sanh, thế giới, và vũ trụ được liên kết và đang cùng vận hành như một. Nói cách khác, Hanmaum – nhất tâm – bao gồm toàn thể vũ trụ và tất cả sinh vật trong nó.

Mỗi mỗi sinh vật và sự vật trong vũ trụ có sẵn Phật tánh vô thủy, hiện tiền và sẽ còn mãi mãi vô chung.

Phật tánh là duy nhất, vì thế là nhất tâm.

Nó rộng lớn không thể nghĩ bàn, vì thế là nhất tâm.

Nó không phải là một cá thể, nhưng liên kết toàn thể, trong nó tất cả đang cùng vận hành, vì thế là nhất tâm.

Muôn vật đến từ nó, vì thế là nhất tâm.

Tâm của tất cả sinh vật trong thế giới là một. Cơ bản, không có "anh" hay "tôi" tách rời riêng ra. Đời sống vốn đã là một, đời sống vốn đã là Phật. Tâm của tất cả sinh vật đang hoạt động với nhau như một, vì thế được gọi là nhất tâm. Dù mỗi sinh vật có thân xác riêng, chúng vốn đã không phải là hai.

Toàn thể vũ trụ được nối kết trực tiếp đến bản tâm mọi người và mọi sinh vật. Mọi vật hoạt động và vận hành trong thế giới đã sẵn sàng nối kết với sự thành hình của chúng ta. Mọi vật trong toàn thể vũ trụ, gồm cả cõi hữu hình và vô hình, được nối kết và cộng thông như một. Không vật nào hiện hữu tách rời khỏi vật khác, tâm của tất cả Phật là tâm sẵn có của bạn, và pháp của tất cả Phật là pháp của bản tâm và cuộc sống hằng ngày của bạn. Nhất tâm nối kết mọi vật như một, đúng như cùng dòng điện thắp sáng đèn này và đèn khác.

### Chủ nhân Không

Chủ nhân Không là bản tâm mà mỗi chúng ta có sẵn, và tâm được kết nối trực tiếp đến mỗi sự vật. Qua sự kết nối này, Chủ nhân Không hoạt động cùng với mọi vật như một.

Chủ nhân Không là bản thể thực của tôi. Thân và ý của tôi giống như cành và lá mọc ra rồi biến mất. Chủ nhân Không là rễ tạo thành cành và lá mới, khi những cái cũ gãy và rơi rụng. Nếu tôi là trái, Chủ nhân Không là cuống giữ vững trái. Nếu tôi là cuống, Chủ nhân Không là cành để trái đong đưa. Nếu tôi là cành, Chủ nhân Không là thân mà cành từ đó mọc. Nếu tôi là thân, Chủ nhân Không là rễ, rễ là bản thể của cây – tất cả thân, cành, lá, và trái đến từ nó. Cũng thế, tất cả tư tưởng, mọi hành động và tất cả công đức của tôi khởi lên từ Chủ nhân Không.

Tại sao lại gọi là Juingong - Chủ nhân Không? Đó là người tạo tác, vì thế gọi là chủ nhân, và hoàn toàn trống rỗng, luôn thay đổi, không hình dáng cố định, đó là không. Như thế, Chủ nhân Không có nghĩa bản thể, yếu tính cơ bản của bạn, đang luôn thay đổi và biểu hiện. Yếu tính của bạn dựa trên Chủ nhân Không. Bạn là gì trước khi cha mẹ sanh ra? Một con người không chỉ là sự kết hợp giữa tinh dịch và trứng, phải có Chủ nhân Không kết hợp vào nữa. Cuộc sống của bạn và Chủ nhân Không giống như một cây sống được nhờ rễ. Tuy nhiên, đừng nghĩ Chủ nhân Không như vật gì cố định và tĩnh tại như rễ cây. Chủ nhân Không là bản thể của bạn và là người tạo tác mọi vật, vì thế còn được gọi là Phật. Như thế nếu bạn nhận ra Chủ nhân Không, bạn cũng sẽ biết Phật thực sự là gì.

Bạn có thể gọi Chủ nhân Không là "cha" hay "mẹ". Cũng thế, bạn có thể gọi là "chủ nhân của tâm", "tâm bình thường", "tịnh thủy", "nước ban sự sống", hay "cột trụ của tâm". Bạn có thể gọi Chủ nhân Không là "Đấng tạo tác mà không sở hữu", hay bạn có thể gọi là "Phật A-di-đà" hay "Phật Bổn Tôn". Bạn có thể gọi là Thượng đế hay "tình yêu của tôi" vì nó là bản thể. Không bao giờ có thể định hình Chủ nhân Không vì nó có thể trở thành mọi thứ. Chủ nhân Không là cha mẹ mà cũng là con cái, người cao cả nhất cũng như người thấp hèn nhất. Chủ nhân Không là chân ngã dẫn dắt bạn, dù gọi là gì đi nữa. Chủ nhân Không là "yếu tính chân thật của tôi" và "tâm của tâm tôi".

Chủ nhân Không bất sanh bất diệt. Chủ nhân Không là chân ngã vô hạn và vĩnh cửu, không thể trông thấy bằng nhục nhãn và không thể nhận biết bằng tư tưởng. Nó không bao giờ yếu ớt và tiêu diệt vì nó là thanh tịnh tuyệt đối và có năng lực vĩ đại của trí tuệ sáng chói. Nó là chân ngã có khả năng vô hạn. Phàm ngu hiện hữu trong những hình dáng khác nhau, với tên khác nhau, ở trình độ khác nhau, và sanh ra rồi chết đi. Tuy nhiên, Chủ nhân Không cũng gọi là Phật hay "Phật sẵn có" chỉ là nó, ngay cả khi một trở thành mười ngàn và mười ngàn trở thành một. Qua Chủ nhân Không, phàm ngu và Phật gặp nhau, và không phải là hai.

Chủ nhân Không không hiện hữu nơi nào khác. Người muốn tìm sẽ tìm ra trong chính mình. Khi chúng ta nấu ăn, chúng ta sửa soạn vật liệu, kết hợp chúng, và làm thành bữa ăn ngon lành. Cũng thế, trong cuộc sống khi bạn muốn và cần, chân tánh của Chủ nhân Không sẽ biểu lộ trong đời sống thường nhật của bạn.

Chủ nhân Không là một lò nung khổng lồ, luôn luôn hoạt động với năng lực tinh thần sâu xa và chân thật của tất cả chư Phật, gồm tất cả cõi hữu hình và vô hình. Lò nung này nằm trong bạn. Giống như sắt tan chảy trong lò, lò này biến những giọt nước mắt thành lòng trắc ẩn, và tất cả khổ đau được tái sanh thành lòng biết ơn. Bất cứ tai họa hay nghiệp đau đớn nào cũng chỉ như bông tuyết trước nó. Chủ nhân Không là bí nhiệm sâu xa của tâm mà mọi người được phú cho, là năng lực lạ thường của Phật tánh mà mọi sinh vật đều có. Đây là đức hạnh nhiệm mầu của Chủ nhân Không.

Bạn không nên nghĩ Chủ nhân Không như cái ngã tách biệt, cá nhân thuộc về một mình bạn. Chủ nhân Không nghĩa là toàn thể. Chủ nhân Không bao gồm và giữ vững mọi vật trong vũ trụ, và săn sóc mọi vật trong tất cả cõi hữu hình và vô hình. Đây là Chủ nhân Không. Làm sao có thể phân chia Chủ nhân Không của tôi và của bạn?

### Chân thực tại của tôi

Một con người là kết quả của ba thứ: bản thể vĩnh cửu kết hợp với thân xác và ý thức. Ba thứ này hoạt động hài hòa với nhau.

Tình trạng trước khi tư tưởng xuất hiện, hành động khởi lên tư tưởng, và thân cùng làm việc như một. Đây gọi là "hoạt động như một tâm".

Yếu tính của Chủ nhân Không là trong hoạt động của bản thể vĩnh cửu kết hợp với ý và thân. Ba thứ này chia sẻ mọi vật với nhau, hỗ trợ nhau và sống như một. Chủ nhân Không này có khả năng đưa ra và đem vào mọi vật. Cái ngã hữu hình là dụng cụ vật chất của cái ngã vô hình. Chủ nhân Không không hình tướng và không thể nhận biết nhưng nó là yếu tính làm chúng ta chuyển động.

Tại điểm bản thể vĩnh cửu, những nhận thức khởi lên tư tưởng và thân, tất cả giao nhau. Ba thứ này làm việc chung và biểu hiện ra thế giới. Khi ba thứ này hài hòa với nhau, chúng biểu hiện như một người dẫn đường khôn ngoan, như một vị thầy.

### Thân xác và tứ đại

Thân chúng ta chỉ là một tổ hợp tạm thời do đất-nước-gió-lửa kết hợp tạo thành. Chúng duyên hợp theo nghiệp lực và sau đó chúng tan rã theo nghiệp lực. Như thế qua thời gian, bạn đã từng sống và chết. Bất cứ gì lệ thuộc sống và chết chỉ là huyễn hóa, không thể gọi là chân thực tại, bất biến, chưa bao giờ sanh và chưa bao giờ diệt. Thân chúng ta thường được gọi là huyễn hóa vì nó cũng là một kết hợp tạm thời.

Như những đám mây tụ rồi tan và lại tụ thành những đám mây khác nhau, thân người sẽ có ngày tan rã trở về với tứ đại. Và theo hoàn cảnh, tứ đại lại sẽ nhóm họp và mang hình tướng khác. Tuy nhiên đừng cảm thấy mọi sự đều vô ích vì ý tưởng "thân bạn sẽ tan thành tứ đại". Thay vì thế, bạn nên hiểu nguyên lý tan hợp của mọi vật. Hành giả Phật pháp không thấy sự hiện hữu của mình là vô ích vì họ nhận biết rằng sự rất vô thường của thế giới giúp họ ngộ được chân lý.

Nếu chúng sinh chỉ là sự kết hợp tạm bợ thì đâu là chân ngã, Chủ nhân Không? Nó có hiện hữu ngoài sự kết hợp tạm bợ này không? Không! Nó không tách biệt. Chủ nhân Không không tách riêng khỏi cái ngã giả dối. Vậy chân ngã ở đâu? Trong tay? Chân? Tim? Óc? Không ở chỗ nào cả! Bạn không thể tìm ra chân ngã khi quan sát thân, nhưng dù sao, nó hiện hữu trong bạn. Chủ nhân Không, chân ngã là chỗ dựa của ngã hư dối. Chân ngã của bạn hình thành thân xác và tương tác với Phật giới. Trong tất cả điều này, hoạt động của bản tánh, Chủ nhân Không của bạn là sự hiển thị của chính chân lý. Rất mầu nhiệm và sâu xa!

Phải có thân để biết Phật pháp. Bạn cần biết rằng ném bỏ thân thì không cách nào biết Phật pháp. Nghĩ rằng thân vô giá trị và phải vứt bỏ, vì nó chỉ là một kết hợp tạm bợ, là một ý tưởng cực kỳ sai lầm. Không thân, bạn không thể phát triển, không thể mở mang trí tuệ, và không thể thành Phật. Vì có người con, bạn có thể biết cũng có cha mẹ; vì có người giúp việc, bạn nhận ra ông chủ cũng phải có. Nhờ hiểu biết hiện tượng hữu hình, bạn có thể hiểu được lý tánh vô hình, bản thể phi vật chất đã làm khởi lên và sinh sôi tất cả hiện tượng hữu hình, và nó luôn hoạt động chung với mọi vật như một.

Vì có cây, bạn có thể biết rễ; vì có trái, bạn có thể biết hạt. Cũng thế, ngay dù thân chỉ là theo nghiệp chướng, kết hợp tạm bợ của tứ đại, qua nó bạn có thể biết bản thể, Chủ nhân Không - Nhất Tâm, bản thể của tất cả sự sống và mọi hiện tượng.

### Chân tánh của tôi

Chúng ta từ đâu đến? Chúng ta đến từ Chủ nhân Không, chân ngã của chúng ta, vì thế chúng ta phải tìm chân ngã của mình. Khi chúng ta tiến triển qua nhiều đời, chân ngã luôn có mặt với ta. Tuy nhiên chúng ta không biết điều này trừ khi cố gắng tìm nó. Nhận ra rằng mọi vật đến từ chân ngã. Thân xác như lá hay cành đến từ rễ chân ngã. Làm sao bạn có thể quên rễ mà gọi cành lá là "tôi"? Hãy biết rễ!

Sinh là sự kết hợp của xương cha và thịt mẹ với đời sống và tâm của bạn đã qua hằng triệu kiếp. Khi "tôi", cái ngã hư huyễn bất giác bị quên hoàn toàn, có gì đó vĩnh cửu. Đó là Chủ nhân Không, cái ngã vĩnh cửu không hề sanh tử. Đó là cái ngã quý giá và hạnh phúc vô song, không bao giờ sanh diệt, không hề tăng giảm, và không bao giờ dơ hay sạch. Nhưng người thường không thể gặp cái ngã vĩnh cửu này vì họ không thể thoát khỏi ngục tù ý thức. Ngã vĩnh cửu không thể mô tả bằng lời, và không thể được phát hiện qua bàn luận. Cố gắng hiểu nó bằng ý thức giống như cố biết thế giới trong khi mắc kẹt bên trong một cái thùng.

Từ xa xưa, người ta đã khởi lên những tư tưởng lộn lạo, hão huyền. Những điều này trở thành bóng tối làm mờ nhất tâm vốn sáng chói và thanh tịnh, như mặt trời rạng rỡ và bầu trời trong trẻo bị mây che. Mặt trời và bầu trời bị che bởi bóng tối lâu đến nỗi người ta quên nó luôn hiện hữu. Những gì phàm ngu phải làm là trở lại chân tánh, là vị Phật sẵn có của họ, là mặt trời và bầu trời. Ngay tư tưởng và thân hiện tại của bạn chỉ là một đốm mây xám đã nổi lên từ chân ngã. Không có thực thể về cái "tôi" mà mọi người nghĩ như chính họ. Tuy nhiên, nói "tôi" không có thực, không phải vì không có thực tại như thế mà vì cái được gọi là "tôi" luôn thay đổi từng khoảnh khắc.

### Bất nhị

Khi những đợt sóng nổi lên trên biển, tạo thành nhiều giọt nước. Tuy nhiên khi sóng lặng, tất cả chúng trở thành chính nước biển. Trong trường hợp này, những giọt nước có thể so với chúng sanh và biển so với bản thể. Một giọt nước nhỏ được tạo ra giống như một sinh vật được sanh ra. Một giọt nước nhỏ chìm xuống giống như một sinh vật từ bỏ thân và trở về bản thể. Cũng thế, nơi bản thể không có phân chia anh và tôi. Không có phân chia tổ tiên của bạn và tổ tiên của tôi. Cuộc sống bản thể thì mênh mông rộng lớn, nhưng là một. Nó hiện hữu như nước biển lặng, và theo hoàn cảnh, biểu hiện thành lớn hay nhỏ. Như những giọt nước hình thành và biến mất tùy theo gió, thân chúng ta cũng nổi lên và biến mất.

Vì mọi vật được nối kết và hoạt động như một. Sự thành lập của vũ trụ là sự thành lập của tâm. Vì không có gì riêng biệt, chúng ta có thể chứng tỏ bất nhị, vì thế không có gì không phải chính tôi.

Nhìn theo thế giới hiện tượng, mọi vật hiện hữu một cách riêng rẽ, nhưng nhìn từ bản thể, mọi vật là một. Về lý mọi vật là một, về sự chúng riêng biệt. Như thế núi là núi và nước là nước.

Cả thân này không phải là "cái của tôi". Nó là một cộng đồng. Xuyên qua trái đất, có nhiều loại thú vật. Cũng thế, bên trong thân tôi có nhiều loại sinh vật khác nhau. Vì thế, dù là thân tôi, nó không phải cái của tôi, nó là một cộng đồng. Người không giác ngộ thường nghĩ thân xác là của họ, nhưng ngay trong mỗi bộ phận – tim, gan, bao tử,... – có hằng trăm triệu sinh mệnh, và chúng tự động vận hành với nhau. Thân này giống như một vũ trụ nhỏ, và giống như một vũ trụ, tất cả thành phần của thân hoạt động chung như một. Và tất cả khoa học và triết học chứa trong thân này.

### Nhân và quả

Vũ trụ và thế giới nhân loại liên kết và hoạt động với nhau như một. Trong thân chúng ta, vô số tế bào kết nối như một mạng lưới khổng lồ. Cũng lối này, trái đất và toàn vũ trụ được kết nối mật thiết và có hệ thống như một tấm lưới cân đối, hoạt động với nhau như một. Do đó nếu chúng ta biết điều gì, pháp giới và Phật cũng biết nó – toàn vũ trụ biết nó.

Vì bạn biết những gì bạn làm, tất cả chúng sanh trong thân bạn biết những gì bạn làm, vì vậy nhất tâm, vũ trụ và pháp giới cũng biết. Vì mọi vật và đời sống được nối kết, không gì bạn làm là bí mật.

Một lời nói dối là bạn đang tự lừa gạt mình. Người lừa gạt và người bị lừa là bạn. Bạn không bao giờ có thể lừa gạt Chủ nhân Không. Chủ nhân Không là bầu trời, vũ trụ, và pháp giới – không có gì có thể che giấu nó.

Tâm có thể được ví như một siêu máy tính. Bất cứ tư tưởng nào khởi lên, được ghi lại hoàn hảo. Có lẽ bạn tin rằng một tư tưởng kết thúc vì bạn không quan tâm nó nữa, nhưng tư tưởng đó không biến mất. Đúng hơn, nó được ghi lại hoàn hảo trong tâm bạn. Tư tưởng được chứa trong tiềm thức và gây ra một tư tưởng tương tợ lần tiếp theo. Hơn nữa, tư tưởng lần thứ hai mạnh hơn lần thứ nhất. Ví dụ, nếu tư tưởng thứ nhất xấu, thì tư tưởng thứ hai xấu hơn một chút. Theo lối này, tư tưởng lặp lại nhiều lần, nổi lên càng lúc càng mạnh. Tâm sẽ bị nghiêng về những tư tưởng thường khởi lên. Vì thế, nếu bạn không kiểm soát tư tưởng mình tốt, chúng sẽ lớn mạnh và cuối cùng trở thành hành động.

Nếu một khi tâm dấy động và khởi tưởng, tư tưởng đó sẽ được ghi lại hoàn hảo; chức năng của tâm vô hạn nếu để ý thức của chúng ta bừng tỉnh.

Nghiệp tốt cũng là nghiệp. Một khi việc gì được ghi lại, sự ghi lại đó có khuynh hướng đẩy người ta đi và điều khiển họ. Nghiệp xấu khiến sanh những quả xấu, và nghiệp tốt sẽ sanh những quả tốt. Nghiệp dẫn chúng sanh qua vòng sanh tử, vì thế không có sự khác nhau giữa nghiệp tốt và nghiệp xấu. Trong một trường hợp, một người nô lệ đau khổ vì gặp một người chủ xấu. Trong trường hợp khác, người nô lệ sống tương đối thoải mái vì gặp người chủ tốt. Tuy nhiên, cả hai giống nhau, cả hai là người nô lệ.

Nếu bạn thâu băng, lần thâu trước sẽ bị xóa và sự kiện mới sẽ được thâu. Vì thế thâu nghiệp tốt thì tốt hơn thâu nghiệp xấu. Tuy nhiên thay vì chỉ thâu nghiệp tốt, tốt hơn cả là xóa hết mọi thứ đã thâu. Cách để làm điều này là phó thác mọi việc trước mặt bạn, cả tốt và xấu, cho bản tánh của bạn. Đó giống như lau sạch một tấm gương. Cho dù gương phủ bụi rất lâu, một khi bạn lau nó, lập tức nó trở nên sạch trong.

Luật nhân quả giống như một hạt giống không bao giờ hư: khi đã trồng, nó sẽ luôn luôn mọc. Nếu bạn trồng một hạt giống tốt, kết quả tốt sẽ theo đến. Nếu bạn trồng một hạt giống xấu, kết quả xấu sẽ xảy ra. Nhân và quả giống như hạt giống luôn luôn mọc. Hơn nữa, một khi trồng chúng sẽ mọc, có hạt và rồi lại mọc, mọc nữa.

Có nhiều người sống không quan tâm đến người khác. Chừng nào họ vui vẻ và có thể đạt được những gì họ muốn thì họ hài lòng. Nhưng họ không thể được bình an thật sự vì chỉ làm lợi ích cho mỗi chính mình. Sự thích thú tạm thời không thể tháo gỡ vấn đề căn bản. Bạn phải biết rằng đời sống chúng ta không chấm dứt với cuộc sống hiện tại. Xa hơn, bạn phải biết rằng mọi việc, ngay cả những việc bạn đã làm một cách bí mật, sẽ trở lại với bạn như nghiệp.

Nghiệp là mớ rối rắm của vô số nhân quả.

Một số người cố dùng trí thông minh để giải nghiệp, nhưng điều này giống như cố làm tan một hồ nước đóng băng vào mùa Đông bằng cách tưới một thùng nước nóng vào băng. Nó có vẻ tan một chút, nhưng chẳng bao lâu nước bạn tưới đông lại, và bạn chỉ có thêm một ít băng. Vì thế đừng nắm bắt những vật thế gian, thả tất cả chúng vào bản tâm, và để chúng tự động tan ra. Khi mùa Xuân đến, hồ băng sẽ tan tự nhiên và hoàn toàn. Trở về bản tâm của bạn giống như mùa Xuân ấm áp đến sau mùa Đông lạnh lẽo.

Không có định mệnh hay số phận. Mọi vật tùy tâm bạn. Vì bạn không thoát khỏi những dính mắc, những dính mắc này trở thành nghiệp và tác động ngay cả gien của bạn. Vì mọi vật do tâm tạo, chìa khóa hạnh phúc hay đau khổ là do bạn dùng tâm thế nào.

### Nguồn gốc tiến hóa - Luân hồi và tái sanh

Sanh tử là luân hồi, và già đi cũng là luân hồi. Những mùa đến và đi cũng là luân hồi. Một giọt nước luân lưu, nuôi nấng và gìn giữ những sinh vật vô tận cũng là luân hồi. Sự hình thành và biến mất của những vì sao cũng là luân hồi. Mọi vật và mọi sinh mệnh đến và đi vô tận như thế. Chúng không chỉ biến mất sau khi đã sống. Nếu không có vòng luân hồi, làm sao một người có thể học về chân lý?

Để được sanh làm người, có lẽ phải tích chứa công đức cả ngàn năm. Rất khó thành người. Tuy nhiên, nếu bạn không từ bỏ tập khí có sẵn trước khi trở thành người, và nếu bạn chỉ nghĩ cho chính mình, sự đau khổ của bạn sẽ bất tận. Nếu bạn sống như thế, bạn có thể phải sống như thế nhiều, nhiều đời, như con chuột đồng bị mắc trên một bánh xe, không thể rút ra. Hay bạn có thể bị tái sanh thành thú vật. Một khi tái sanh thành thú vật, bạn sẽ đau khổ nhiều, phải ăn thịt loài khác hay bị ăn. Sẽ có rất ít cơ hội để phản quán tình trạng của bạn, và nếu bạn tăng trưởng tập khí thú vật, thì sẽ khó thoát khỏi tình trạng đó hơn, ngay cả qua hàng tỉ kiếp, hàng tỉ niên kỷ.

Có người nghĩ vòng sanh tử là khổ đau không thể thoát, nhưng nếu ai tỉnh thức thì sẽ hiểu rằng luân hồi chỉ là quá trình biểu thị. Đối với những người không biết mọi vật và mọi sinh vật biểu hiện và hoạt động với nhau trong khi luôn thay đổi và không bao giờ đứng yên dù chỉ một giây, thì sẽ bị tái sanh và đau khổ. Tuy nhiên, khi họ thức tỉnh, nó chỉ là sự biểu thị.

Không luân hồi thì không có tiến hóa. Luân hồi là năng lực mà bạn có thể trở thành Phật. Như thế luân hồi không phải đau khổ do nghiệp gây ra, luân hồi là quá trình tiến hóa và tạo khả năng tu tập. Ngay tại khoảnh khắc này, chúng ta chết và sanh vô tận. Vì bạn đã chết trong quá khứ, hôm nay bạn có thể sống. Sống và chết luôn đi cùng với nhau như thế và xảy ra với nhau. Do đó, bên trong cái chết có sự sống, và bên trong sự sống có cái chết. Luân hồi, sự thay đổi liên tục và bất tận này của mọi vật, là năng lực định hình và tịnh hóa bạn, làm bạn thành Phật. Không thể trở thành Phật nếu không có luân hồi.

Chết là khi bản tâm bất biến, Chủ nhân Không thay y phục. Khi chúng ta cởi y phục ra, chúng ta thay y phục mới. Cũng thế, Chủ nhân Không thay thân bỏ ra bằng một thân mới. Thế thì, chết chỉ là sẵn sàng mặc vào một bộ đồ mới.

Ngay cả khi thân bạn chết đi, ý thức vẫn còn. Người ta thường không hiểu rằng thân mình không còn nữa, và họ không nhận ra người sống không thể thấy và nghe họ. Vì thế, đôi khi, trong rối loạn và mong muốn, họ gây đau khổ cho người khác. Nếu bạn tu tập chân thật khi đang có thân, thì bạn có thể từ bỏ không có gì vướng mắc. Còn nếu bạn không tu tập, thì dù bạn đã chết, bạn sẽ bị vướng vào những tương quan cũ của mình, và không thể tự do rời bỏ. Thay vào đó, bạn có thể mắc vào tình trạng chỉ lang thang lẩn quẩn như một con ma trong thời gian rất dài. Nếu không bao giờ tu tập, khi người ta chết, ý thức của họ không thể thấy và nghe. Giữa bóng tối, ý thức không thể lĩnh hội đúng đắn sự vật, vì thế những người ấy thường đi vào tử cung của heo hay chim ác là. Tuy nhiên những ai có tâm đã tu tập, sẽ tỏa ra một ánh sáng lớn chiếu rực rỡ chung quanh họ. Ngay cả gia đình họ cũng hướng về đời sống tươi sáng, dù cá nhân họ có thể không biết gì về tu tập.

### Tiến hóa và sáng tạo

Nhìn theo con người, chúng ta có thể nghĩ một số sinh vật dường như nhỏ nhoi và vô nghĩa. Nhưng mọi hiện hữu đang trong quá trình tiến hóa. Vì vậy, chúng là hình dáng quá khứ của chúng ta, những bạn cũ của ta, và chỉ cho ta chỗ mà từ đó ta tiến hóa. Khi chúng ta nhìn bốn loại sanh, chúng ta thấy rằng chúng đã tiến hóa từ những vi khuẩn, và rằng chúng tạo thành một tiến trình từ thấp nhất đến cao nhất. Tuy nhiên, mỗi một sinh vật đều có bốn loại sinh vật này trong thân, và cũng tiến hóa trong mỗi thân. Vậy, làm sao chúng ta có thể nói sinh vật nào là quan trọng nhất hay cái nào nên làm tiêu chuẩn để so sánh. Nhìn vào thế giới, không có điểm bắt đầu và chấm dứt – đó chính là trung đạo.

Nhìn theo quá trình tiến hóa, những sinh vật bị ảnh hưởng bởi hoàn cảnh và môi trường, và chúng có thể thích ứng với một mức độ nào đó. Tuy nhiên, những sự vật cơ bản hơn tùy thuộc vào ý thức. Có rất nhiều điều thực sự mầu nhiệm. Nếu chúng ta không bằng lòng về hình dáng hiện tại của mình, và muốn đổi thành mạnh mẽ, thì hình dáng con người sẽ bắt đầu thay đổi. Hình dáng của mọi hiện hữu được hình thành bởi tâm. Năng lực nào có thể làm điều này? Đó là chân tâm, Chủ nhân Không.

Dù những sinh vật hiện hữu ở nhiều tầng bậc khác nhau, tất cả đều có tâm. Tâm là chủ của thân, giống như người lái xe. Thân chỉ làm theo lời tâm. Và tâm mong ngày hôm nay sẽ tốt hơn hôm qua, ngày mai tốt hơn hôm nay, và làm việc để hoàn thành điều này. Những sinh vật tiếp tục tiến hóa qua đức hạnh khởi lên từ nỗ lực đó.

Hoàn tất cuộc tiến hóa là đạt được giải thoát lớn lao và thành Phật với công đức vô tận. Tất cả mọi sinh vật đang trong quá trình tiến hóa này, tất cả họ là anh chị của chúng ta, đang bước về cùng đích đến. Thế thì, mọi cõi đều là trường học lớn, đầy những chúng sinh đang hành đạo.

Tiến hóa và sáng tạo là tất cả những biểu hiện của nhất tâm. Tiến hóa là nâng cao trình độ của tâm. Một khi trình độ của tâm thay đổi, thân cũng thay đổi theo. Tiến hóa là quá trình của tâm trở thành sáng sủa hơn, trong khi sáng tạo là biểu hiện bên ngoài của ý định. Như thế, trong khi quá trình này tiến hóa, nó cũng sáng tạo; và trong khi sáng tạo, nó tiến hóa.

Sáng tạo là biểu hiện của ý định. Tuy nhiên, ngay khi tạo ra một vật, nó luôn luôn thay đổi. Nó không còn như trước, với những ý tưởng cố định và những hành xử bất biến. Như thế, sáng tạo là biểu hiện. Tâm là bản thể của cả hai tiến hóa và sáng tạo; chúng cũng không phải hai. Sự thoái hóa cũng do tâm. Tất cả những điều này là những biểu hiện của tâm.

**Yếu tính của chân lý: Biểu hiện của Không**

Chân lý là một luồng trôi chảy không bao giờ ngừng dù một thoáng chốc. Nó trôi chảy, ngấm vào mọi vật, và sống động. Không có gì trên thế giới mà không chuyển động; chỉ có trôi chảy. Vô thủy vô chung, không sanh không tử, chỉ có trôi chảy, đúng như nó là. Sự trôi chảy này luôn luôn tươi mới và sống động. Ngăn vật gì không trôi là giết nó. Chúng ta sống trong chân lý. Như cá sống trong nước, chân lý tràn đầy đời sống thường nhật của ta. Cố gắng tìm chân lý ở xa xôi giống như cá kiếm tìm gì ngoài nước. Chân lý vượt quá thời gian và không gian, và không bao giờ đứng yên dù một giây. Nó hoạt động không ngừng, như người thở ra thở vào liên tục. Có thể gọi là "nhiễu quanh ngôi chùa không ngừng".

Chân thực tại không phải vốn đã bị che dấu. Nó chỉ hình như thế đối với những con mắt vô minh. Chân thực tại vốn trong suốt như vậy dưới ánh mặt trời, nhưng chúng sanh vô minh không thấy nó. Thật ra, bạn có thể nói rằng yếu tính của Phật pháp là thấy chân thực tại của mọi vật một cách đúng đắn. Khi Phật dạy Bát chánh đạo, trước hết ngài nói "chánh kiến". Nếu bạn thấy đúng, thì bạn đạt được trí tuệ. Nếu bạn có trí tuệ, thì bạn được giải thoát. Như thế nếu chúng sanh còn mờ tối có thể thấy đúng, thì tất cả muộn phiền và đau khổ, phi lý và xung đột mà họ phải đối mặt sẽ biến mất. Đây là vì họ nhận ra rằng những vật đó vốn rỗng không, không căn để, trong khi bản tánh của họ là sáng chói và sâu xa vĩnh viễn.

Thay đổi từng khoảnh khắc là chết từng khoảnh khắc. Nói cách khác, nó cũng có nghĩa là tái sanh từng khoảnh khắc. Người ngu bám vào những khoảnh khắc qua mau và sống đời vô nghĩa, trong khi người trí tuệ hiểu rằng mọi vật thay đổi từng chốc lát. Hãy áp dụng nguyên tắc này vào cuộc sống hằng ngày, và sống tự do.

Không có gì trong vũ trụ còn mãi như cũ, dù trong tích tắc. Chỉ có thay đổi và biểu hiện, vì thế không có gì có thể mang theo mình. Vậy thì khi không có những tư tưởng cố định về "tôi", đau khổ sẽ không tồn tại. Dù bạn không thể mang theo gì cả, bạn nghĩ rằng mình mang vài gánh nặng, và vì thế bạn tự ràng buộc với ý tưởng cố định này. Nếu bạn biết rằng mọi việc thay đổi trong khoảnh khắc, rằng mọi vật là trống rỗng, thì không có gì để bạn bám víu. Hình hài trống rỗng, tư tưởng trống rỗng, ngôn từ trống rỗng, tên tuổi và địa vị trống rỗng – mọi vật là trống rỗng.

Cái tôi nào là bạn? Khi bạn đứng, ngồi, động, tịnh, cái tôi nào thực sự là bạn? Cái tôi gặp gỡ bạn bè và cái tôi gặp anh em là hai cái khác nhau. Vậy cái nào thực sự là tôi? Cái "tôi" trẻ hay cái "tôi" già? Tôi thực sự là ai? Theo lối này, không có cái tôi bất biến; không thể dán nhãn hiệu lên bất cứ gì khác trong vũ trụ và nói "đây là...". Như thế, nói rằng mọi vật trống rỗng không phải vì không có gì, nhưng vì nó thay đổi liên tục và chuyển biến.

Không không có nghĩa là không có gì. Không khởi lên vật chất, và không khác vật chất. Không biểu hiện liên tục như vật chất. Trong khi sống, nó chết; trong khi chết, nó sống – nó trôi chảy và thay đổi và không đứng yên chút nào. Không là không chết – nó là sống động. Trở nên Không nghĩa là trở nên đầy. Vì những biểu hiện và hoạt động của không là vô bờ bến, những thiền sư thường chỉ nói "không!" Đôi khi không đủ, vì thế các ngài lại lặp lại "không!"

*Chương ba*
## Tâm và khoa học

Khoa học hiện đại đã rất tiến bộ, nhưng bây giờ nó bắt đầu tiến đến những giới hạn mà chính khoa học không thể vượt qua. Trừ phi chúng ta mở mang trình độ tâm linh, những giới hạn này không thể vượt qua. Không có sự mở mang tâm linh, dần dần nhân loại càng lúc càng trở nên khó sống còn. Đây là vì sự phát triển vật chất và phát triển tinh thần phải xảy ra đồng thời với nhau. Chỉ nghiêng nặng về phát triển vật chất không thôi thì nhân loại sẽ bị đẩy vào đường chết. Vật chất có lãnh đạo con người không? Không, bản tâm điều khiển và hướng dẫn tất cả vật chất và năng lượng. Nếu người ta không biết bản thể này, những gì khoa học có thể làm bị hạn chế. Thế thì chúng ta phải có một phương pháp mới cho khoa học bằng cách trở về bản tâm và học để bắt đầu từ đó. Tâm sẵn có của chúng ta là bản thể của mọi lãnh vực khoa học. Vì vậy, dẫu cho những nhà khoa học cứ tiếp tục tìm kiếm đủ loại, chỉ bằng sự hiểu biết bản tâm chúng ta mới có thể tiếp tục phát triển.

Tốc độ ánh sáng được cho là nhanh nhất trong vũ trụ, nhưng không nhanh hơn tâm. Khả năng của tâm lớn đến mức nếu bạn tỉnh thức không có gì bạn không thể biết, và không có nơi nào bạn không đến được. Ngay cả những phát minh kỳ diệu của khoa học hiện đại cũng không thể tiếp cận năng lực và trí tuệ của Phật, một bậc giác ngộ. Khoa học hiện đại có thể dễ dàng vượt qua những giới hạn đang phải đối mặt, nếu bạn có thể dùng thần lực của tâm. Những người đã tỉnh thức không những có thể đi đến những cõi hiện hữu trong những chiều kích cao hơn, mà còn có thể vượt qua tất cả mọi chiều kích gồm không gian và thời gian.

Đức Phật biết rằng phô trương khả năng này chỉ làm rối loạn chứ không thực sự giúp cho con người, vì thế ngài dè dặt với việc này. Nếu bạn thành thật tin năng lực của tâm và tỉnh thức, thì trong khi tiếp tục thực hành, bạn có thể thấy rõ ràng tất cả mọi vật mà người thường không thể thấy. Khả năng của bản tâm là điều sâu xa và huyền nhiệm nhất trong toàn vũ trụ.

Cho dù y khoa có tiến bộ rất nhiều, trên thực tế nó không thể giải quyết hơn 30% những vấn đề con người phải đối mặt. Sao vậy? Khoa học hiện đại chỉ giải quyết một nửa thuộc phần hiện tượng hiện hữu, như thế tốt lắm nó cũng chỉ giải quyết được 50% vấn đề trước mặt. Khoa học muốn hiểu được toàn vẹn, nó phải hiểu nửa phần vô hình của sự hiện hữu. Chỉ bằng cách thấu hiểu bản tâm, và thực hành. Không thể thực hiện sự tìm kiếm trọn vẹn trừ phi tiềm thức và ý thức kết hợp với nhau và vận hành như một qua bản tâm.

Không những đức Phật, ngài Dangun và những người chứng ngộ khác cũng đã dạy nhân loại con đường tâm linh nhờ đó họ có thể vượt qua những giới hạn của sự phát triển vật chất. Khi cận kề giữa sống chết, chúng ta phải đổi hướng qua đường tinh thần, thì nền văn minh vật chất thịnh hành của chúng ta bấy giờ mới tiến bộ được.

Một số nhà khoa học đang cố gắng gởi những tín hiệu vào không gian để truyền thông với vũ trụ bên ngoài. Nhưng việc thử nghiệm truyền thông với người ngoài vũ trụ qua sóng vô tuyến, chứng tỏ những nhà khoa học này không biết về bản thể. Để truyền thông với chúng sanh như thế, chúng ta phải vượt lãnh vực vật chất mà chúng ta đã biết 50%, và bước vào lãnh vực tinh thần, lãnh vực vô hình. Con đường bị phong tỏa nếu bạn không biết bản thể của bạn; qua tâm, bạn phải trang bị điện thoại không giây bên trong bạn, rồi thì đường sẽ mở ra và bạn có thể truyền thông. Nếu bạn có thể truyền đạt theo lối này, không có gì ở bất cứ đâu mà bạn không thể thấy, nghe và hiểu. Hơn thế nữa, không có gì có thể khóa hay gây trở ngại cho bạn. Bạn sẽ trở nên thấu hiểu về sự hiện hữu của một kiểu sống khác hẳn hoàn toàn. Đây là những gì được gọi là tay và chân phổ cập của Phật.

Từ những yếu tố căn bản, mọi loài nảy sanh. Mỗi sinh vật có bản năng thay đổi, và chúng đã làm thế, biểu hiện với mọi dáng hình từ kiếp này đến kiếp khác. Dù có sanh làm thú vật, chúng không mãi mãi vẫn thế, và cho dù sanh làm người, đó cũng không phải hình dạng thường còn. Tất cả đều do tâm điều khiển.

Nếu một con vụ (con quay) mất thăng bằng, nó sẽ chao đảo và không thể xoay một cách ổn định. Cũng thế, ngay thiên hà của chúng ta cũng không thể duy trì một quỹ đạo ổn định nếu không được mujeonja nâng đỡ. Mujeonja này là một cầu nối để nó có thể lui tới giữa cõi hiện tượng và cõi vô hình. Xa hơn, mujeonja cho phép sự vận hành trật tự của những nguyên tắc và luật lệ thống trị thế giới hiện tượng.

Người ta nói rằng không có sự sống trên sao Hỏa, nhưng làm sao bạn có thể nói rằng không có sự sống chỉ vì bạn không thấy nó? Sao Hỏa đông đúc sinh vật. Trong cõi trung bình này – Trái đất – những sinh vật hữu hình và vô hình được lựa chọn và phân loại, và sẽ sanh lên cõi cao hơn hay đi xuống những cõi thấp hơn. Cũng thế, mọi hành tinh khác cũng có nhiệm vụ đặc biệt riêng của nó. Nếu bạn học để trở về và tin tưởng vào bản tâm của bạn, như có ông chủ săn sóc ngôi nhà, thế thì tinh thần của bạn không bao giờ bị tước đoạt, và khả năng của bạn có thể không bao giờ bị lấy mất.

Những giun dế trong lòng đất nghĩ rằng đất bụi rất rộng, nhưng chúng không nhận ra bầu trời lớn ra sao. Cũng thế, nhân loại tạo ra và bám vào những thói quen kiểu Trái đất, vì đời sống kiểu Trái đất là tất cả những gì họ có thể tưởng tượng. Họ không biết cách nhìn trái đất từ tầm nhìn vũ trụ. Hãy làm tâm, trung tâm của tinh thần bạn, thực hành và học hỏi để vượt khỏi những định kiến.

Vũ trụ tràn đầy những sinh vật vô hình. Không chỉ Mặt đất, mà những hành tinh khác cũng đông dầy chúng. Trong thân, máu tuần hoàn qua động mạch và tĩnh mạch, và những tổ chức bên trong tất cả thực hiện chức năng riêng của chúng. Cũng thế, những thiên hà và trái đất cũng liên tục chuyển động và có vai trò riêng để diễn trong sân khấu vũ trụ. Mọi vật trong vũ trụ có thể hoạt động hài hòa với nhau vì có tâm bản thể, cơ bản cho phép chúng tin cậy và làm ổn định lẫn nhau.

TRAU DỒI TÂM

*Chương bốn*
# Yếu tính của tâm

**Tâm là gì?**

Tâm là nguồn gốc của vũ trụ, nguồn gốc của mặt trời, là nguồn gốc mà qua nó nhân loại điều hành và làm mọi việc hằng ngày. Tâm là tạo hóa thông suốt mọi sự và uy quyền tuyệt đối tạo tác mọi vật và vượt khỏi mọi ý niệm.

Tâm không màu sắc, hình tướng, vị trí, khởi thủy hay cáo chung. Tâm không thể nói là cái này hay cái kia, bên trong hay bên ngoài. Tâm không thể bị phân chia, không thể bị thu hút và bị tiêu hủy. Nó vượt thời gian, không gian, vượt tất cả mọi sự.

Có tâm ở trong tâm, tâm căn bản mà từ khởi thủy là thanh tịnh tuyệt đối, không bao giờ có thể bị ô nhiễm, mà như như. Mặt khác, cũng có tâm cấu uế khiến chúng ta trôi lăn trong vòng sanh tử. Tâm này không biết có tâm căn bản và nghĩ rằng những cấu uế luôn thay đổi và những ảo tưởng là yếu tính của nó. Để tiện giải thích, chúng ta có thể nói hai loại tâm khác nhau, nhưng thực sự chúng không tách rời.

Trạng thái ý thức của chúng ta có nhiều mức độ khác nhau, tùy thuộc những tư tưởng mà mình khởi lên, nhưng bản thể của chúng là bản tâm sẵn có không bao giờ sanh và diệt. Bạn phải tìm ra tâm trong tâm.

Tâm luôn luôn hoàn toàn như nó là, khả năng của tâm ở bên trong hay bên ngoài là vô tận. Không có ai và không có gì có thể lấy nó đi hay phá hoại nó. Bất kể một tinh thần mạnh mẽ thế nào, bất kể một vị Phật vĩ đại thế nào, cũng không thể phá hoại bản tâm của bạn. Dù mặt trời sáng chói và vũ trụ mênh mông bất khả tư nghì, chúng cũng không to lớn hơn ánh sáng và khả năng của tâm bạn.

Tất cả mọi cõi giới và những vũ trụ được liên kết với nhau qua cùng bản tâm. Như thế mọi vật chia sẻ thân như nhau, cuộc sống như nhau, làm việc với nhau như một, và chia sẻ mọi vật với nhau. Tâm có thể đến đi tự do không chướng ngại, dù cách xa hằng ngàn, hằng triệu dặm. Cuối cùng thì, mọi vật và mọi người trong vũ trụ sống hài hòa với nhau, chia sẻ cùng cội rễ.

Bản tánh của tâm giống như gương trong sạch, không hoen ố. Khi một vật đặt trước gương, gương phản chiếu mọi góc cạnh của hình một cách rõ ràng. Nhưng nếu đối tượng biến mất, không còn dấu vết nào ở lại gương. Cũng thế, dù tâm phản chiếu từng vật một, không một gợn sóng hay vết tích nào còn đọng lại. Không hiểu tính chất này của tâm, người ta sơn lên gương mọi hình ảnh, cái này chồng lên cái khác, cuối cùng gây khó khăn cho chính họ. Tuy nhiên, nếu chúng ta trở về bản tánh sẵn có, là tình trạng tự nhiên và chân thật nhất của chúng ta, thì thực tại của mọi vật sẽ tự động hiển lộ.

Bất kể những đám mây đen có thể ra sao, nó không thể vấy bẩn bầu trời. Tương tự, những tư tưởng hay những ý đồ xấu không thể vấy bẩn bản tâm của bạn. Dù cho mây đen rất dày, cuối cùng chúng sẽ biến mất, và bầu trời sẽ xanh trong như trước đó. Cho dù những đám mây bão tố trút mưa xuống, bầu trời chỉ bị che; đằng sau những đám mây, nó vẫn trong sáng. Cũng thế, cho dù những nhiễm ô và ảo tưởng dường như dày đặc, chân tâm vẫn trong sáng, và không bao giờ bị ô nhiễm.

Tâm không có chướng ngại. Mọi hướng vốn đã rộng mở. Không có núi bạc vách sắt vững chắc nào bạn phải xuyên qua. Nhưng nếu tâm không có sẵn những chướng ngại, tại sao lại nói có gì đó bạn phải vượt qua? Vì qua tư tưởng, bạn đã xây tường để ngăn mình.

Bạn phải hiểu bản tánh của tâm: dù tâm không nắm bắt được, nó hoạt động bình đẳng và triệt để khắp những lãnh vực vật chất và phi vật chất. Một khi bạn nhận ra được điều này, bạn sẽ hiểu rằng không bao giờ có chướng ngại trong chốn đầu tiên.

### Khả năng sâu xa của tâm

Khi tâm sâu và chân thật, không có nơi nào nó không đến. Tâm là năng lượng chân thật mà mọi sinh vật tiến hóa và thế giới mở mang. Tuy nhiên, trừ phi người ta tin vào năng lượng của tâm, người ta không thể dùng nó và không thể biểu hiện trong đời sống. Nếu chính bạn thực sự muốn kinh nghiệm năng lượng này, bạn phải bắt đầu nhận ra nó ở đó.

Tâm có năng lực hấp dẫn, năng lực ánh sáng, năng lực của điện, và năng lực truyền thông.

Khả năng vô hạn này của tâm đem lại những gì cần thiết, truyền thông với mọi vật mọi nơi, và cho hay nhận tự do. Nếu bạn hoàn toàn bỏ đi tư tưởng "Tôi đang làm...", bạn có thể tự do dùng năng lượng của tâm triệt để và rõ ràng, không bị bất cứ gì đe dọa. Nếu bạn muốn dùng năng lượng của tâm, bạn dùng nó ngay; nếu bạn không muốn dùng thì thôi, không bám vào tư tưởng dùng hay không dùng. Bạn phải biết rằng năng lượng của tâm đến từ bản thể của bạn và hoạt động triệt để khắp pháp giới. Hãy tin vào tâm bạn và tự do dùng nó.

Mỗi một vật, không ngoại lệ, nghe, nói và hiểu qua tâm. Như thế, khi bạn đứng trước hình tượng Phật với tâm chân thành và khiêm cung, nếu bạn biết rằng tâm của tất cả chư Phật và tâm bạn không tách biệt, thì bạn sẽ trở thành một với tất cả chư Phật, và tất cả chư Phật sẽ trở thành một với bạn.

Tâm khiến người ta rơi xuống địa ngục hay đi thẳng đến thiên đường. Tư tưởng bạn khởi lên, dù chỉ một lần, có thể khiến bạn rơi xuống hố sâu, hay có thể làm bạn thoát khỏi hố đó. Tuy nhiên, hầu hết người ta sống mà không nhận ra được một tư tưởng quan trọng đến thế nào. Tất cả những niềm vui của thiên đường và những nỗi khổ của địa ngục tùy thuộc vào một tư tưởng.

Tâm là vật quan trọng nhất. Tâm không thể chết: dù thân chết, tâm không thể thoát khỏi những gì bạn đã làm. Vậy, làm tiến hóa và thức tỉnh tâm là việc quan trọng duy nhất. Nó quan trọng hơn cho chính đời sống của bạn. Dù vậy, có nhiều người dường như đang cố ý gắng sức làm tâm họ lui sụt.

Trong tâm bạn có một kho tàng vĩ đại. Kho tàng này giống như một viên ngọc bị vùi trong bùn, nhưng tuyệt đối nó có đó. Như thể bạn có hàng triệu dollar trong tài khoản nhà băng – tại sao bạn nghĩ là bạn nghèo? Tại sao bạn nghĩ bạn không có gì? Tu tập nghĩa là tin rằng có kho tàng vĩ đại trong tâm và tìm nó. Học để khám phá kho tàng trong mình là việc đáng giá nhất trong thế giới. Nếu bạn có thể đưa vào thực hành, bạn có thể sống mới mẻ, với tâm rộng mở như bầu trời, luôn luôn tràn đầy tình thương. Còn gì tốt hơn thế nữa?

### Những tư tưởng chúng ta khởi lên

Khi chúng ta khởi một tư tưởng chúc phúc cho ai đó, và phó thác cho bản thể của mình, tâm cơ bản đó không bao giờ biến mất và dùng không bao giờ hết. Việc này khác với sự giúp người về vật chất. Đây là tình yêu không điều kiện của Bồ tát đối với chúng sanh. Tâm này là tình thương khởi lên khi mọi chúng sanh và chính mình là một, khi đau khổ của người khác là đau khổ của ta. Đây là sức mạnh dẫn chúng ta đến chân lý.

Suy nghĩ từ bản thể khởi lên không giống như nghĩ bằng trí thông minh. Một tư tưởng từ bản thể tự nhiên có toàn quyền sử dụng ý niệm "Tôi khởi một tư tưởng". Khi bạn có thể khởi tư tưởng như thế, bạn không hề mất sự quan sát của Chủ nhân Không, bản thể của bạn, dù trong tích tắc. Hơn nữa, trong khi buông xả mọi đau khổ và khó khăn bạn phải chạm trán và đưa về bản thể của bạn, bạn biết rằng chính Chủ nhân Không đã buông xả. Khi bạn có niềm tin rất sâu này, ngay cả những gì "bạn" đang làm thực sự được làm bởi Chủ nhân Không, rồi thì có thể nói rằng bản thể của bạn lộ ra phía trước. Như thế, những tư tưởng bạn khởi lên trong khi nắm vững chắc chắn bản thể, sẽ toàn quyền sử dụng ý thức như "Tôi đã làm..." Tuy nhiên, nếu bạn cố nghĩ từ sự thông minh của mình, bạn sẽ thấy tiến trình của bạn bế tắc.

Một tư tưởng khởi lên từ bản thể giống như một người môi giới, nó kết nối xác thân và bản tánh sẵn có. Trong tích tắc nó có thể đến bất cứ đâu trong vũ trụ và pháp giới. Trong tích tắc nó có thể đến tương lai và quá khứ, và ngay cả những cõi bên trên đời sống. Nó di chuyển nhanh hơn ánh sáng, vì thế khoảng cách gần và xa vô nghĩa.

Người ta thường sơ suất về những tư tưởng khởi lên, cho rằng một khi họ quên một tư tưởng, tư tưởng đó đã chấm dứt. Điều đó không đúng. Một khi bạn khởi tưởng, nó sẽ hoạt động và cuối cùng hậu quả trở lại với bạn. Đó là một quá trình tự động.

Đưa mọi vật đến Chủ nhân Không, đó là buông xả và nghỉ ngơi, nghĩa là trở lại bản thể chân thật của bạn. Vì mọi sự - hữu hình và vô hình - đến từ đó, nếu bạn trở về bản thể đó và khởi tưởng, thì tư tưởng đó sẽ biểu hiện trên thế giới. Một tư tưởng vào lúc đó giống như nhấn nút khởi đầu cho mọi vật tự động chạy. Đây là vì mọi vật bắt đầu với những tư tưởng đã khởi lên từ bản thể. Khi bạn đưa mọi vật đến bản thể, chỉ một tư tưởng bạn có thể đi một ngàn dặm.

Hãy khởi tưởng từ chỗ không đứng yên. Nếu bạn khởi tưởng từ một chỗ bất động, đó là từ ý thức và định kiến của bạn, thế thì bạn bị dính mắc vào những vật bên ngoài và bạn sẽ là nô lệ cho thế giới vật chất. Mặt khác, nếu bạn nghĩ rằng bạn phải lờ đi vật bên ngoài, thì bạn đã khởi tưởng từ một chỗ bất động, và vì thế bạn thành nô lệ cho thế giới phi vật chất. Nếu bạn chân thành tin tưởng vào người bạn bất diệt của bạn, Phật tánh của bạn, bạn sẽ biết bạn phải khởi tưởng từ đâu.

Lúc những tư tưởng tiêu cực nổi lên, hãy kéo trở lại. Ngay tức thì, thay đổi tư tưởng đó thành những gì tích cực. "Dĩ nhiên điều này có thể được! Chủ nhân Không đang săn sóc nó." Trong khi quan sát cách bạn đưa những gì về bản thể, đến Chủ nhân Không, buông ra, bạn sẽ hiểu khả năng của tâm và nó huyền diệu và sâu xa thế nào.

Một tư tưởng lầm lạc có thể khiến người ta làm hỏng thân mình và phá hoại gia đình của họ. Hơn nữa, nó cũng có thể tàn phá cộng đồng, quốc gia, trái đất, và ngay cả toàn vũ trụ. Mọi chúng sinh là một thân, một gia đình, một cộng đồng, một vũ trụ. Vũ trụ, trái đất, Phật, mọi nguyên tắc và luật lệ điều khiển thế giới này được chứa đựng trong tâm chúng ta. Chúng ta phải nghĩ rằng mọi sinh vật trong một thân hoạt động hài hòa với nhau như một. Rồi thì những sinh vật vô minh trong thân chúng ta trở thành Bồ tát và thân chúng ta trở nên khỏe mạnh.

Tiền bạc đến và đi, sự nhịp nhàng, trí tuệ và sức khỏe có thể tùy thuộc vào chỉ một tư tưởng. Với chỉ một tư tưởng, có thể vượt cảnh bần cùng; với chỉ một tư tưởng, bệnh tật có thể được chữa lành; với chỉ một tư tưởng, bạn có thể bao bọc và giúp đỡ người khác. Vì tâm là vô hạn, nó có thể ôm choàng vũ trụ và vẫn còn chỗ. Như thế, nếu bạn hiểu chân lý bất nhị, bạn có thể bao trùm mọi vật một cách trọn vẹn. Nếu bạn nghĩ, đó là điềm tĩnh, cao quý và khiêm tốn, và làm thế mà không dấu vết của thích và không thích, hay của "tôi", rồi thì tư tưởng đó bắt đầu biểu hiện trong thế giới và thành thuốc chữa mọi khổ đau. Mọi năng lượng sẽ theo sau và cùng làm việc với một tư tưởng như thế.

*Chương năm*
## Niềm tin là chìa khóa

Trên mọi thứ, bạn phải tin rằng bạn có Phật tánh, năng lực trong chính bạn cho phép bạn thành Phật. Rồi thì, như người làm vườn săn sóc một cội cây, bạn phải làm Phật tánh này nở hoa. Tuy nhiên, hầu hết mọi người đã quên Phật tánh này. Dù cho hoa nở và rụng theo mùa, mọi người đều biết rằng có năng lực bên trong cây để nở hoa năm tới. Nhưng người ta quên rằng trong chính họ cũng có khả năng như thế. Nếu chúng ta có thể nhận ra rằng chúng ta đang ở thời điểm vĩ đại nhất để chuyển hóa sau khi đã qua vô số kiếp, thì chúng ta sẽ thực sự biết rằng bên trong chúng ta có năng lực thành Phật.

Nếu bạn không tin vào chính mình, bạn không nhận được chìa khóa đến tâm. Làm sao có thể trao chìa khóa kho tàng cho bạn nếu bạn không tin? Bạn đã sẵn có kho tàng ở đó, vì vậy hãy tin chính bạn và ném đi những tư tưởng rằng bạn vĩ đại hay bạn không tốt. Chân ngã có thể làm mọi sự - ngay cả những việc bạn không tưởng tượng nổi. Nếu bạn có niềm tin rằng chân ngã có thể làm điều đó, bạn có thể sống sót ngay trên mỏm đá trơ trụi. Nếu bạn tin rằng Chủ nhân Không làm mọi việc và có thể giải quyết mọi việc, thì Chủ nhân Không lập tức thị hiện như Bồ tát Quan Âm và thuyết pháp, hay thị hiện như Bồ tát Dược Vương và thuyết pháp. Như thế không cần kêu cầu "Phật ơi, cứu con!" hay "Bồ Tát Quan Âm, cứu con!" Tất cả chư Phật và Bồ tát, tất cả bậc giác ngộ, và tất cả khả năng sâu xa và năng lực vũ trụ hiện hữu trong niềm tin.

Phàm ngu không biết cái gì thực sự tốt hay không tốt. Do đó, việc tốt nhất để làm là tin mạnh mẽ rằng Chủ nhân Không luôn luôn săn sóc mọi sự. Tuy nhiên nhiều người hỏi, "Việc gì xảy ra nếu tôi tin và phó thác cho Chủ nhân Không mọi sự, nhưng chúng không theo lối tôi mong muốn?" Đây không phải là tin. Một khi bạn có niềm tin thực sự, phó thác sự việc chỉ một tích tắc, và không có gì để bận tâm nữa. Chủ nhân Không không bao giờ làm ngơ niềm tin của bạn. Mọi sự được làm qua niềm tin chân thành, niềm tin là chìa khóa.

Niềm tin hoàn lại bạn cân xứng với sự tin cậy của bạn. Nó ban mọi thứ cho những ai toàn tâm tin tưởng, và ban một nửa cho những ai tin một nửa. Đây là lý do phải nhấn mạnh sự tin tưởng hoàn toàn vào Chủ nhân Không. Đừng nản lòng khi phải đương đầu với khó khăn. Dù cho khó khăn nổi lên từ bản thể, bao lâu bạn có niềm tin, bản thể của bạn cũng có thể giải quyết những vấn đề đó.

Khi bạn có niềm tin không thối chuyển rằng "Chủ nhân Không có thể giải quyết nó," bạn bắt đầu tìm ra chân ngã của mình. Khi bạn có niềm tin mạnh mẽ như thế, bạn sẽ thoát khỏi sợ hãi và nghi ngờ, và bạn sẽ không lay động khi đương đầu với bất cứ gì. Nếu bạn không tin tưởng vào Nhất Tâm - Chủ nhân Không, thì dù bạn có thể làm tốt sự việc đến đâu đi nữa, thì vẫn có 50% phần vô hình bạn không săn sóc tới. Khi cội rễ khỏe mạnh, thân sẽ vững chắc, và khi thân cây vững chắc, hạt sẽ chín mùi.

*Chương sáu*

# Quán
# Phó thác và quan sát

### Phó thác và buông xả mọi sự
### Bức tường của định kiến

"Buông xả" nghĩa là không những buông xả những việc đau khổ và khó chịu, mà còn buông hết mọi định kiến. Chúng ta mang rất nhiều những ý tưởng cứng ngắc như "bạn" và "tôi", "tốt" và "xấu". Bạn tạo ra tất cả những ý tưởng này, và bao lâu bạn còn bám vào chúng, thì bạn không thể trở thành một với Chân Tâm – Chủ nhân Không.

Tù ngục tệ hại nhất trên thế giới là tù ngục của tư tưởng. Bức tường khó vượt qua nhất trên thế giới là bức tường của định kiến. Từ một cái nhìn chắc chắn, tu tập nghĩa là giải thoát chính bạn ra khỏi ngục tù tư tưởng. Vì thế, nếu bạn khư khư nghĩ rằng "Tôi chỉ là một phàm ngu", thì vì tư tưởng đó bạn không thể đóng vai trò nào khác hơn một phàm ngu. Hãy biết sự khác nhau lớn lao mà một tư tưởng có thể tạo ra.

Đừng làm như ghê gớm lắm về trình độ phát triển tâm linh của người khác. Nếu bạn đối xử khác biệt giữa người cao hơn và thấp hơn, bạn sẽ không tiến triển trong sự tu tập của mình. Cho dù bạn thực sự biết, đừng nghĩ rằng bạn biết. Cho dù bạn có trình độ cao hơn, đừng nghĩ rằng bạn là bậc thượng căn. Cho dù ai đó có lẽ ngu dốt, bạn không nên để những tư tưởng như thế trói buộc bạn.

Từ quan điểm hiện tại, việc gì đó có vẻ rõ ràng đúng hay sai. Tuy nhiên, từ quan điểm kết hợp quá khứ, hiện tại, vị lai, những việc ấy không thể cho là đúng hay sai dễ dàng như thế.

Bạn có thể lăn một cái thùng chỉ khi bạn ở bên ngoài nó. Khi bạn bị nhốt bởi những định kiến, như thể bị kẹt trong thùng, thì bạn không thể tự do dùng tâm của mình. Nếu bạn thoát khỏi những định kiến, bạn sẽ thấy tất cả những tư tưởng và những cái nhìn mà bạn cho là rất quý giá, cực kỳ lố lăng. Tâm không hình tướng và có thể tự do đi bất cứ đâu trong vũ trụ, vì thế nếu bạn khởi những tư tưởng một cách trí tuệ và trùm khắp, bạn sẽ ra khỏi thùng, khỏi trói buộc, và khỏi ngục tù không có chấn song. Làm sao bạn có thể tự do dùng tâm mình trừ phi trước hết bạn bước ra ngoài những định kiến của riêng mình?

Những định kiến giống như một làn mây hay khói, nhưng tuy nhiên người ta thấy mình bị ngăn ngại hay lôi kéo bởi chúng. Bạn sẽ cười nếu thấy ai đó bị vướng vào mây, hay nếu ai đó tuyên bố rằng họ bị cầm tù bởi không khí. Nhưng, trong thực tế, người ta đang bị kẹt không ngừng bởi những vật mà bản chất không hơn không khí hay những đám mây. Họ tạo một bức tường bằng tâm mình, và bị nó nhốt. Vốn không có tường hay bất cứ gì làm vướng chân. Những vật đó là những ảo ảnh do suy nghĩ mà thành.

Đừng khăng khăng với những định kiến của mình. Sự dai dẳng của bạn là tâm nhỏ hẹp của riêng bạn. Nếu tâm bạn rộng mở, sẽ dễ dàng bao trùm toàn thế giới. Tuy nhiên, nếu tâm bạn nhỏ hẹp, thì dù một cây kim cũng không lọt vào được. Bạn phải buông xả sự bướng bỉnh và hãy tôn kính sâu xa mọi đời sống và mọi vật. Đây là quy y Phật-Pháp. Đây cũng là cách trở thành người tự do. Luôn khiêm cung. Hãy khiêm cung. Hương thơm của tâm rộng mở và khoan dung của bạn sẽ làm ấm lòng người khác.

### Những tư tưởng về "tôi"

Bám vào ý tưởng rằng bạn khác với người khác, đến mức độ bạn không thể tưởng tượng "mọi vật chỉ là một", là chướng ngại cơ bản ngăn chặn đường đến Phật. Trước hết, tập trung vào "tôi" dường như có ích, nhưng thật ra, nó là nền tảng của điều ác. Bám vào những tư tưởng về "tôi" này thực sự ngăn cản chúng ta không thể tham dự vào Phật giới, và ngăn cản chúng ta kinh nghiệm những lợi ích lạ thường của sự tham dự đó. Trước khi chúng ta thấu hiểu chân lý bất nhị, không thể có bình an trường viễn cho chúng ta. Do đó, như một hành giả bạn không được nhìn bất cứ gì theo lối nhị nguyên, và bạn phải đưa mọi sự về bản thể của bạn một cách mạnh mẽ và chân thành và tiến về phía trước.

Trí tuệ là biết rằng "tôi" không hiện hữu. Trí tuệ là biết rằng sự vật và thân thể vật chất chỉ là những hình ảnh trong mơ, rằng chúng chỉ là những giọt nước bị quấy động bởi sóng gió. Vô minh không gì hơn là khăng khăng rằng có một cái "tôi" riêng biệt, trong khi quên rằng thân xác và sự vật không thể tránh khỏi hoại diệt. Chỉ ném cái "tôi" đi, một triệu đau khổ và rối ren sẽ ngủ vùi tất cả. "Tài sản của tôi, tư tưởng của tôi, danh tiếng của tôi, những gì tôi xứng đáng được khen", tất cả những điều này cầm tù bạn trong một cái thùng. Bất hạnh thay! Phàm ngu thường nghĩ rằng có những bức tường phòng thủ có thể bảo vệ họ khi họ đối mặt với những phiền phức và khó khăn. Do đó họ cố làm chúng cao hơn và dày hơn khi còn thời gian. Tuy nhiên, khi bạn làm thế, tâm bạn co lại và trở nên lạnh lùng. Kết quả, bức tường này không phải vật bảo vệ bạn, mà là bức tường làm thiệt hại bạn, một bức tường giam giữ bạn.

Không gì có thể bỏ vào một cái bát đã đầy tràn. Bạn không thể đặt gì vào một tâm đã đầy những tư tưởng về "tôi", những dính mắc, những tham dục, tự cao tự đại rằng mình là tốt nhất. Bát phải trống trước khi chứa những món mới. Khi bao tử bạn trống, bạn có thể thưởng thức món ăn. Tuy nhiên, nếu bao tử bạn đầy thì dù yến tiệc thịnh soạn trước mặt, bạn không thể ăn dù một miếng. Một trong những chân lý của cuộc sống là khi bạn buông xả mọi thứ, bạn sẽ được tất cả.

Bạn sẽ có thể nhận ra sự tự phụ ẩn một cách tinh tế bên trong tâm mình. Tính trung thực và trí tuệ này là cốt tủy. Khi bạn tu tập, từng lớp "tôi" sẽ bị lột đi dần, và bức tường ngăn cách mọi sinh vật sẽ từ từ biến mất. Người thấy mọi vật bình đẳng không bao giờ rơi vào tự phụ, và đang trên con đường càng lúc càng thênh thang.

*Tất cả thánh hiền*
*Từ vô lượng kiếp,*
*Đã chỉ ra rằng "tôi" không có thật.*
*Tuy nhiên,*
*Người ta dính mắc vào cái "tôi"*
*Và lang thang suốt ngày*
*Thình lình mặt trời lặn,*
*Và đến giờ vào giường ngủ.*

### Dính mắc và tập khí, ô nhiễm và ảo tưởng

Không có cái gì là của bạn. Hãy thoát khỏi mọi ý tưởng về sở hữu. Nếu có thể nói mọi vật thuộc về nơi nào, thì chúng thuộc về bản thể. Bạn chỉ điều hành sự vật khi nó đến với cuộc đời bạn. Hãy săn sóc người và vật hết lòng, nhưng thoát khỏi ý tưởng sở hữu.

Dù bạn dời những vật của mình từ phòng này sang phòng khác, những vật ấy vẫn là của bạn. Nếu toàn thế giới là nhà bạn, thì đâu thành vấn đề nếu vật nào đó ở phòng này hay phòng kia? "Sở hữu" chỉ là dời vật từ phòng này sang phòng khác. Đây là cách người tỉnh thức dùng tâm mình. Như thế, khi họ cần gì, nó sẽ tự nhiên đến với họ. Vì họ không có tư tưởng "cái của tôi", họ tự do rong chơi trong vũ trụ, là một với mọi vật.

Đừng bám vào thân bạn. Nếu bạn quá dính mắc vào nó, sau khi lâm chung bạn sẽ khó khăn từ bỏ nó. Như thế, vào cuối đời, nhiều người chịu đau đớn nhiều năm. Giống như lột đậu Hòa-Lan, khi vỏ và hạt dính vào nhau, khó lột được. Tuy nhiên, nếu đậu chín, vỏ dễ dàng tróc ra. Cũng thế, nếu bạn không dính mắc vào thân, bạn tự do rời nó khi đến lúc.

Như biển và sóng không tách biệt, giác ngộ và vọng tưởng không phải là hai. Vậy đừng phí thì giờ để tìm hiểu tư tưởng nào là hư vọng và cái nào không – chỉ buông hết mọi sự. Khi bạn làm thế, những ý nghĩ về "tôi", phân biệt, và những vọng tưởng tự nhiên biến mất.

Khi tư tưởng khởi lên, đừng nghĩ nó là vọng tưởng, và đừng bao giờ cố cắt đứt chúng. Chính ý tưởng cố loại bỏ chúng là một vọng tưởng.

Thật ra những tư tưởng khởi lên không thành vấn đề. Xét cho cùng, nếu tư tưởng không khởi, thì có nghĩa bạn là một xác chết, không phải người sống! Để thoát khỏi vọng tưởng, trước hết bạn phải tự thoát khỏi định kiến của mình về cái gì bị lừa dối. Cách để tự giải thoát là chỉ đưa hết mọi sự về Chủ nhân Không, thay vì cố gắng tìm hiểu, "Đây là loại tư tưởng gì?"

Bởi vì ngay những vọng tưởng cũng khởi lên từ Chủ nhân Không, hãy phó thác mọi sự cho Chủ nhân Không, hoàn toàn buông xả nó. Khi bạn đưa những ô nhiễm và ảo tưởng trở lại bên trong, đến bản thể, năng lực tiến hóa có thể tỏa ra.

Những đóa sen nở trong bùn, và Phật Pháp nở ngay giữa ô nhiễm.

Tôi không hề nói rằng bạn không nên có tiền, rơi vào tình yêu, hay bị xáo trộn khi giận dữ. Hãy làm tất cả khi bạn cần. Nhưng điều quan trọng là biết rằng mọi điều này do bản thể của bạn tạo ra. Hãy ngắm nhìn và thấy nếu bạn đang làm việc từ sự dính mắc vào "tôi" và "cái của tôi". Nếu bạn sống hài hòa, biết rằng không có gì không phải là chính bạn, bạn sẽ có thể dùng mọi thứ trên thế giới như chất liệu để tu tập. Nếu bạn có thể thực sự sống như thế, mọi tư tưởng và ngôn từ của bạn sẽ biểu hiện trong thế giới vật chất. Ở tầng bậc này, bạn sẽ hiểu ý nghĩa của "tay và chân phổ cập của Phật."

**Nghi vấn**

Trong khi phó thác mọi sự cho Chủ nhân Không, đôi lúc những câu hỏi sẽ thình lình nổi lên trong bạn. "Tại sao những việc thành ra như thế?" "Cái gì là nguyên tắc căn bản đằng sau những việc này?" "Làm sao tôi có thể cảm xúc và nhận biết nếu thực sự mọi thứ không tách biệt?" "Tại sao nói rằng mọi vật là không?" "Tôi đang làm đủ thứ việc, tại sao lại nói Chủ nhân Không đang làm?" Mọi câu hỏi sẽ nổi lên.

Nếu bạn tiến tới trong khi chỉ tin cậy vào Chủ nhân Không, thì những câu hỏi tự nhiên nổi lên. Đây là nghi vấn chân thật và là đại nghi. Nghi vấn này nổi lên như nước suối tươi mát. Cố ý tạo những câu hỏi giống như xay những cối rỗng – không có gì được sản xuất và bạn chỉ làm mòn chính mình. Những câu hỏi được tạo có chủ ý và những tư tưởng khởi tự nhiên khác nhau như trời với đất.

Nếu bạn cố tạo câu hỏi bằng trí thông minh, thì những câu hỏi đó không phải là những câu hỏi chân thật, cũng sẽ không có bất cứ câu trả lời chân thật nào nổi lên. Khi bạn toàn tâm tin vào và phó thác mọi sự cho bản thể của bạn, nghi vấn sẽ bật ra. Khi bạn lại buông xả luôn cả những câu hỏi này, những câu trả lời sẽ khởi lên từ bên trong.

Khi những câu hỏi nổi lên tự nhiên, nếu bạn không biết câu trả lời, hãy buông ngay câu hỏi và tiến tới. Cuối cùng câu trả lời sẽ đến. Khi bạn phó thác những câu hỏi cho bản thể như thế, tự nhiên chúng sẽ được chăm sóc. Đôi khi tôi dùng chữ "bình an" để diễn tả điều này. Nhưng không có nghĩa là "Tôi cảm thấy bình an vì tôi đã từ bỏ, vì vọng tưởng đã bị cắt đứt." Tại chân ngã, bản thể, mọi sự hoạt động với nhau không chướng ngại, luôn đổi thay và tuôn chảy, vì thế khi việc gì được phó thác vào đó, một đáp ứng thích hợp tự nhiên khởi lên. Đây là lý do tôi dùng chữ bình an.

Đại nghi sanh đại ngộ. Đại nghi xuất hiện từ bên trong sau khi bạn tuyệt đối phó thác mọi chướng ngại cho bản thể và sau khi chân ngã hiển lộ. Những câu hỏi này không do cố ý tạo, chúng tự nhiên nổi lên. Đại nghi là loại nghi vấn tốt nhất do chân ngã để dạy bạn. Hơn nữa, nếu bạn buông xả cả những câu hỏi này và tiến tới, câu trả lời sẽ thình lình xảy ra cho bạn đúng lúc, ngay tức khắc hay đôi khi trễ hơn.

### Cách buông xả - Niềm tin và buông xả

Buông xả chính là tin tưởng. Không có niềm tin, bạn không thể từ bỏ. Bạn cần từ bỏ hoàn toàn mọi sự, biết rằng Chủ nhân Không đang chăm sóc tất cả, không sao hết dù sự việc dường như đang tốt hay xấu đi. Làm sao bạn có thể hoàn toàn buông xả nếu bạn không tin tưởng?

Bạn sẽ phó thác mọi sự cho bản tánh sẵn có của bạn như thế nào? Trước hết, chân thành tin vào bản tánh - Chủ nhân Không của bạn, và biết rằng nó đang chăm sóc mọi sự. Thứ hai, can đảm tiến tới. Thứ ba, trải nghiệm cách Chủ nhân Không chăm sóc mọi sự, tiếp tục áp dụng những gì bạn kinh nghiệm, và không bao giờ tự nản lòng vì bất cứ chuyện gì.

Buông xả không phải là nói, "Tôi không cần" hay sống trong tiêu cực. Nếu bạn cố từ bỏ với thái độ "Tôi không cần", hay "Vui lòng làm việc cho tốt," trong khi mong một phép lạ mà không có bất cứ cố gắng nào về phần bạn, thế thì đây không phải là buông xả thực sự. Khi bạn hành động như thế, bạn đang đối xử với Chủ nhân Không - bản thể của bạn, như là vật tách riêng khỏi bạn. Khi bạn buông xả, bạn buông xả những sở thích riêng tư, biết rằng bản thể của bạn là vật duy nhất có thể thực sự chăm sóc mọi vật. Buông xả vì biết rằng mọi vật khởi lên từ Chủ nhân Không, vì thế chỉ Chủ nhân Không mới có thể giải quyết mọi sự.

### Buông xả vô điều kiện

Buông xả không đòi hỏi biện hộ hay lý do. Ngay khi sự việc khởi lên, phó thác nó cho Chủ nhân Không – bản thể của bạn – vô điều kiện. Phó thác mọi việc cho Chủ nhân Không: Phó thác những việc bạn hiểu và những việc bạn không hiểu, phó thác niềm vui và nỗi khổ, phó thác tài sản và phó thác bệnh tật. Buông xả những gì đang không tốt, và buông xả những gì đang tốt. Hãy buông xả, biết "Chỉ có Chủ nhân Không mới thực sự chỉ ta đường Đạo". Do buông xả như thế, bạn có thể làm trống tâm mình và tống khứ hành lý nặng nề mà bạn đã mang hằng bao kiếp sống. Do buông xả như thế, bạn có thể làm sạch bụi tâm đã đóng khằn hằng bao niên kỷ, và bạn có thể thực sự sống và thực sự chết.

Đừng cố gắng chăm sóc sự việc dựa trên lý thuyết, kinh điển, những từ ngữ khéo léo, hay những ý tưởng của người khác. Thay vào đó, chỉ buông xả trong tin tưởng rằng chỉ Chủ nhân Không có thể giải quyết được. Hãy buông xả một lần, buông xả hai lần, buông xả liên tục, vì thế bạn được buông xả thường xuyên. Cứ buông xả, vì thế nó trở thành bản năng thứ hai, như cởi giày khi vào nhà. Rồi thì ngay những vấn đề về di truyền và nghiệp sẽ tan biến.

### Hãy buông xả vào không

Chúng ta sẽ buông xả vào đâu? Bỏ vào Không. Không là gì? Không nghĩa là mọi sinh vật thay đổi và biểu hiện từng niệm, và làm việc với nhau như một. Mỗi một vật là trống rỗng, gồm cả chính ta. Mọi vật là thành phần của cái Không này, mọi vật lệ thuộc luật của Không. Mọi vật đang đổi thay và đang biểu hiện, gồm cả chính ta, vì thế chúng ta vốn đang sống trong từ bỏ. Ngay cả ý nghĩ "Tôi đã làm…" cũng không có chỗ để bám vào. Như thế ngay cả nói "buông xả" hay "phó thác" cũng không cần thiết. Tuy nhiên, nhiều người không hiểu điều này, vì vậy tôi nói, "Hãy buông xả vào Không" như một phương pháp để giúp họ nhận ra chân lý. Làm sao chúng ta có thể sống mà không buông xả vào Không?

Nghiệp là kết quả tuyệt đối không thể tránh

của những gì chúng ta đã làm. Nó khởi liên tục từ trong chúng ta. Tôi lo rằng nếu tôi nói chỉ buông xả mọi sự, thì dường như quá mơ hồ hay gây cho một số người rơi vào chủ nghĩa hư vô. Vì thế tôi đã nói, "Lấy Không như cột trụ trung tâm, và buông xả mọi sự vào đó". Khi một vòng pháo hoa quay, nó dựa trên tâm điểm của nó. Cũng thế, bạn phải làm Chủ nhân Không - bản thể của bạn, tâm điểm của bạn. Dựa trên trung tâm này và phó thác cho nó mọi sự. Khi bạn có thể làm điều này, bạn có thể sống đầy sinh khí và bạn có thể sống tự do như nước chảy.

Mọi sự liên kết với nhau trực tiếp qua bản thể và năng lượng vô hình thổi qua lại giữa mọi sinh vật và sự vật. Tuy nhiên, khi người ta phân biệt, dính mắc vào sự vật nào đó và loại bỏ hay tránh né cái khác, họ ngăn chặn năng lượng trôi chảy tự do này. Như thế nếu bạn chỉ buông xả và phó thác mọi sự cho bản thể của bạn, cho Chủ nhân Không, năng lượng này có thể tự do chảy, chính xác khi cần.

Dù nói rằng bạn nên buông xả bên trong, hay đưa sự việc trở về bên trong, thực ra Chủ nhân Không không ở trong cũng không ở ngoài. Chủ nhân Không là sự kết hợp mọi vật trong vũ trụ, và hiện hữu trước mọi vật. Dù không thể hiểu thấu nó, nó có thể được hiểu thấu.

### Công đức của sự buông xả

Khi bạn duy trì việc buông xả mọi sự vào Chủ nhân Không và quan sát, nghiệp sẽ sụp đổ, tập khí sẽ tiêu tan, chân ngã sẽ hiển lộ, và mọi chướng ngại sẽ đầu hàng bạn. Chủ nhân Không giống như một hộp thư. Nếu bạn đặt gì vào Chủ nhân Không và quan sát, nó sẽ được giao đi và một hồi âm sẽ trở lại.

Khi người ta nghe "Hãy buông xả mọi sự," người ta thường hỏi, "Làm sao tôi sống được nếu làm thế?" Tuy nhiên, khi bạn buông xả, bạn mới có thể thực sự sống. Phàm ngu tin rằng lập kế hoạch là cần thiết và suy nghĩ cẩn thận về từng việc một. Tuy nhiên, người tỉnh thức không nghĩ về mỗi chuyện nhỏ mình làm. Thay vào đó họ rất thư thái. Nhưng mọi việc họ làm là tùy thuận Pháp, không một chút lỗi lầm. Vì họ buông xả, hành động của họ hài hòa hơn, tự nhiên, sâu xa, chân thật, đẹp đẽ, và lợi ích nhiều hơn bất cứ hành động nào được làm dựa trên thông minh hay kế hoạch. Vì thế đối với hành giả thực sự, mọi sự trong đời sống hằng ngày chính là Đạo. Vì họ buông xả và thư giãn, mỗi việc họ làm, dù đi, đứng, ngồi, hay nằm, tất cả đều thuận theo Pháp.

Nếu bạn cố thực hành theo chế độ dinh dưỡng cụ thể hay phương pháp thể dục nào đó, khi bắt đầu, mục tiêu của bạn có vẻ rõ ràng và gần tầm tay. Tuy nhiên, khi bạn tiến tới, con đường của bạn trở nên mù mịt và cuối cùng nó sẽ đến ngõ cụt. Mặt khác, nếu bạn cứ buông xả và phó thác, và kinh nghiệm những kết quả của điều này, thì con đường lúc đầu dường như hẹp sẽ dần dần rộng mở, và cuối cùng trở thành đại lộ và cửa ngõ đến chân lý.

Sống buông xả mọi sự tạo ra công đức vô hạn. Trước hết, mọi phiền não diệt sạch. Thứ hai, tập khí huân tập nhiều kiếp bởi nghiệp lực sẽ tiêu tan. Thứ ba, những ô nhiễm và ảo tưởng đầy trong tâm sẽ dần biến mất và cuối cùng không có gì để làm trống, cũng không có gì để làm đầy. Tại điểm này, chân ngã của bạn sẽ hiển lộ rõ rệt. Tu tập giống như xây nhà – khi bạn đến điểm này, bạn có nền tảng vững chắc, và do đó sẵn sàng bắt đầu dựng cột để nâng đỡ cái đến tiếp theo.

**Tu tập không ngừng - Thái độ đúng để thực hành**

Bạn phải không cố tìm bên ngoài chính

mình. Lấy bản tánh sẵn có làm thầy. Vì bản tánh sẵn có của bạn hiện hữu, mọi vật trong vũ trụ hoạt động với nhau, vậy hãy lấy bản tánh sẵn có, bản tâm của bạn, làm thầy của bạn.

Trong sự tu tập này, bạn dạy chính mình và học chính mình. Bạn buông xả và đón nhận. Bạn hàng phục và bạn chấp nhận sự hàng phục. Sự tu dưỡng được làm như thế, giữa bạn và chân ngã của bạn. Đừng để vật bên ngoài tóm lấy bạn.

Tất cả Thượng đế, Phật, Bồ Tát Quán Âm đều hiện hữu trong bạn. Nếu bạn tìm ra và hiểu các ngài, bắt đầu bằng ánh sáng của ngọn đèn bên trong bạn, thì bạn cũng sẽ có thể hiểu được đúng đắn chính bạn và thế giới quanh bạn. Tuy nhiên, nếu bạn từ bỏ ngọn đèn bên trong của chính mình mà tìm Phật hay Thượng đế ở ngoài, bạn sẽ không tìm ra họ và chút gì bạn làm cũng sẽ hoài công.

Hoa nở tự nhiên khi đủ điều kiện. Người ta nên học về những điều kiện khiến hoa nở, và rồi tạo những điều kiện đó. Thay vào đó, họ thường lang thang tìm phương pháp duy nhất và kỳ dị. Thay vì tìm bên ngoài, trước hết bạn nên tập trung tâm mình và đưa những tư tưởng bị vật bên ngoài lôi cuốn quay về bên trong. Đừng hoa mắt hay đuổi theo sự chứng ngộ của người khác. Thay vào đó, hãy tạo điều kiện cho hoa giác ngộ trong bạn bừng nở. Bạn đã được phú cho sẵn rồi, vậy chỉ giúp nó nở một cách tự nhiên.

Đối với một hành giả, ngày mai không có. Chỉ ở đây và bây giờ là hiện hữu. Bạn không nên trì hoãn sự việc, rồi cứ thừa nhận rằng bằng cách nào đó hoàn cảnh ngày mai sẽ tốt hơn. Không có sự khác nhau nào nếu bạn không tạo nỗ lực bây giờ. Hôm nay, ở đây vào lúc này, bạn phải thấy trực tiếp với đôi mắt trong sáng, và phải tiến tới vững vàng và điềm tĩnh, như những bước chân đĩnh đạc của voi di chuyển qua rừng. "Ngay đây" là cõi Phật. "Lúc này" là khoảnh khắc mà Phật sanh ra, và là khoảnh khắc bao gồm quá khứ và tương lai. Những hành giả hiểu rằng lúc này, ngày này là tất cả. Khoảnh khắc hiện tại này là khoảnh khắc ra đời của bạn, vì thế trong khoảnh khắc này bạn phải tu tập.

Tiến về phía trước với những bước không bao giờ để lại bất cứ dấu vết nào. Chấp nhận mọi khó khăn với thái độ tích cực, và không bao giờ cố tránh bất cứ gì phải đối mặt. Không phải là vấn để đạt được gì hay từ bỏ gì, hay không từ bỏ gì. Chỉ chắc chắn là bạn không cố tránh sự việc đang đến, và không cố bám vào sự việc đang rời xa. Trở thành người gan dạ là người không bao giờ bị gì làm ô nhiễm hay dính mắc. Trở thành con người thật sự, một người mà sanh ra bình thường nhất và phi thường nhất.

Một người dũng cảm vượt ngàn dặm với chỉ một bước chân, người hèn hạ có thể chạy trăm dặm, và vẫn không tiến dù chỉ một bước.

Tu tập là thư giãn. Nếu bạn muốn tỉnh thức, thì tâm bạn nên lặng và rộng. Tuy nhiên, nếu bạn tiếp tục khởi tưởng rằng bạn muốn thành Phật mau chóng hay muốn lập tức thoát khỏi đau khổ của phàm ngu, thì tâm bạn trở nên nhỏ hẹp hơn và bồn chồn hơn. Bạn càng cố chiếm đoạt cái gì, nó càng vuột xa hơn. Thư giãn sâu, rồi nó sẽ tự nhiên đến. Đây là sự kỳ diệu của tu tập.

Những hành giả phải chân thật với chính mình. Đây là vì căn bản của bạn là Phật, và Phật tánh là không, ở đó không tồn tại những ý tưởng cố định. Không dối trá, biện hộ, hay lý luận nào có thể giúp bạn nhận được bản thể của bạn.

Hoàn thành sự việc một cách tự nhiên là lối tốt nhất. Thay vì dùng trí thông minh để lập chi tiết kế hoạch cốt hoàn thành sự việc, hãy phó thác nó cho bản thể của bạn. Bản thể của bạn là nguồn của toàn thể chân lý, vậy nó hoàn toàn có thể chăm sóc bất cứ gì mà bạn phó thác. Mọi người có thể làm điều này. Mọi người có thể kinh nghiệm điều này. Khi bạn có kinh nghiệm, bạn có thể ngạc nhiên về khả năng vô hạn bên trong chính bạn, và tự nhiên bạn cảm thấy biết ơn sâu xa bản thể của mình.

Đừng bao giờ nghi ngờ rằng một phàm phu ngu tối như mình lại được phú cho khả năng vô hạn. Bỏ cuộc không chút cố gắng là lý do người ngu tối mãi ngu tối.

Hãy ngắm cách nước chảy. Khi gặp một chỗ trũng, nó lấp đầy và rồi tiếp tục chảy. Khi gặp một tảng đá hay đồi, nó chảy quanh và tiếp tục tiến. Tu tập để thấy được chân ngã của mình nên làm như thế.

**Tu tập thiền định**

Bạn nên thiền định thế nào? Bạn có thể ngồi nếu bạn muốn ngồi, đứng nếu bạn muốn đứng, làm việc nếu bạn muốn làm việc, hay bận rộn chăm lo cuộc sống hằng ngày – tất cả điều này đều có thể là tu tập thiền định. "Ngồi" thiền nghĩa là bạn duy trì một tâm điểm tĩnh và vững vàng trong khi phó thác mỗi việc cho Chủ nhân Không, với niềm tin rằng Chủ nhân Không là bản thể và đích đến của mọi sự. Như thế "ngồi" thiền có thể trong bất cứ hoàn cảnh nào – tâm ngồi chứ không phải thân. Bao lâu bạn còn buông xả và phó thác với niềm tin, thì cuộc sống hằng ngày của bạn tự nó có thể là thiền định.

Một số người lần đầu tiên khi nghe về buông xả, nó có vẻ quá mơ hồ và khó khăn. Họ cảm thấy không chắc chắn phải làm những gì khi nghe buông xả, vì không được chỉ dẫn phương pháp hay chi tiết. Có lẽ bạn cảm thấy rằng phải ngồi thiền để tu tập. Tuy nhiên, tâm bạn không ngồi chỉ vì thân ngồi. Thiền định được hành qua tâm, không qua thân. Bạn phải bắt đầu chăm sóc vấn đề qua tâm. Bạn đang làm việc ngược ngạo nếu cố dùng thân để kềm tâm.

Từ khởi thủy, bạn phải tu tập qua tâm. Tâm này sẽ là tâm bản thể, không phải cái ngã hư dối, không phải "tôi". Nếu bạn cố dựa vào gì khác hơn tâm, thì giống như cố bắt bóng. Hướng cơ bản đã sai, thì lạc đường là không thể tránh. Đó là tại sao tôi không cho tu theo thoại đầu truyền thống.

Điểm tĩnh và vững vàng chung với niềm tin sâu sắc và chân thật chính là thiền định. Điều này cũng có thể gọi là chân thiền, nơi ngay cả những tư tưởng "Tôi đang làm..." hay "Tôi đang ngồi thiền" cũng không có. Khi bạn có thể tu tập tìm ra chính mình trong bất cứ hoàn cảnh nào cũng là sống thiền.

Hãy thắp đèn lồng của tâm bạn và giữ sáng mỗi ngày. Thiền không gì khác hơn thế. Trong cuộc sống hằng ngày, nếu bạn không có ảo tưởng về "tôi", nếu bạn phó thác mọi việc cho Chủ nhân Không, và nếu tâm bạn hoàn toàn không lay động, không quan tâm dù thấy mình ở thiên đường hay địa ngục, thì đây là chân thiền.

Dĩ nhiên thiền định có thể thực hành khi ngồi lặng yên trong một nơi an ổn, nhưng cuộc sống hằng ngày cũng là nơi hành thiền. Suốt hai mươi bốn giờ trong ngày đều có thể là thiền định. Cho dù trong ngày thỉnh thoảng bạn quên Chủ nhân Không, nếu bạn nhớ lại năng lực cơ bản này đang tác động và chỉ dẫn bạn, thì ngay lúc đó tất cả thời gian bạn đã quên nó biến mất, và sự tu tập như thể chưa hề đứt đoạn.

Có nhiều phương pháp để tỉnh thức, nhưng nếu không thực hành qua tâm, thì cuối cùng đều vô dụng. Một khi bạn thực sự hiểu cách tu tập qua tâm, bạn có thể tập yoga, trầm tư, hay ngồi thiền như bạn muốn. Sự tu dưỡng tinh thần không tùy thuộc bất cứ kiểu hay công thức tu tập nào.

### Thoại đầu

Đời sống hằng ngày chính nó là một thoại đầu, vì thế không cần nhận một thoại đầu từ người khác hay cho ai một thoại đầu. Sự hiện hữu thực sự của bạn là một thoại đầu. Như thế, nếu bạn đang giữ một thoại đầu do ai đó trao cho, thì khi nào bạn có thể giải quyết những những thoại đầu gốc của bạn? Cố giải quyết thoại đầu của người khác giống như xay những cối trống hay lăn bánh xe không di chuyển về phía trước.

Chính thân của bạn là một thoại đầu. Sự sinh ra là một thoại đầu. Làm việc là một thoại đầu. Vũ trụ mênh mông là một thoại đầu. Nếu bạn muốn thêm vào đây nhiều thoại đầu nữa thì khi nào bạn có thể thưởng thức được thế giới sâu vô hạn mà chúng ta đang sống này?

Bạn có đang ngăn chặn những gì vốn rộng mở và rồi hỏi, "Nó là gì?" Thí dụ, khi bạn hiểu rõ ràng bạn đang ngắm một chai soda, bạn mong được lợi gì khi hỏi "Nó là gì?" Hãy buông xả sự việc bạn biết và tiến lên. Thoại đầu chỉ là một thí dụ về phương tiện thiện xảo. Nếu bạn hỏi về những gì mình đã biết, nói "Đây là gì?" bạn sẽ chỉ làm cho mình rối ren. Nếu bạn tiến lên trong khi buông xả, thì những gì bạn thực sự không biết sẽ nổi lên như những câu hỏi từ cõi vô hình, phi vật chất. Bạn phải tu tập với những gì ngăn ngại bạn ngay bây giờ. Những hạt giống đã sẵn sàng nảy mầm và đang lớn lên thành cây cao. Bạn hy vọng đạt được gì do không biết cây của riêng mình và tìm hạt giống của cây người khác?

Bạn phải phó thác toàn bộ kể cả thoại đầu cho bản thể của bạn và để nó làm việc một cách tự nhiên. Đổi thay, biểu hiện, và làm việc với nhau là luật của thực tại. Vì thế bạn cần phải sống phù hợp với chân lý và phó thác cả thoại đầu cho bản thể của mình. Tuy nhiên một số người bám chặt vào thoại đầu, không thể buông được, và không thể hưởng chân lý. Nếu bạn nhận thoại đầu "Đây là gì?" bạn phải hoàn toàn phó thác nó cho bản thể của mình, và để bản thể giải quyết nó. Nếu bạn dùng thông minh để đùa với những ý tưởng và nhận thức, thoại đầu sẽ không giúp được gì cho bạn.

### Quán (quan sát)

Khi sự việc ngăn trở bạn, buông xả chúng về bản thể và tiếp tục quan sát. Dù trời sụp, tiếp tục buông xả và quan sát. Buông xả mọi thứ về bản thể và ngắm nhìn, vì mọi vật làm việc với nhau như một qua bản thể của bạn. Dù tôi nói bạn quan sát và phó thác tất cả sự vật và những khó khăn ngăn trở bạn về bản thể, căn bản là không có gì tách rời khỏi Nhất Tâm. Tuy nhiên, bạn vẫn cần duy trì quan sát và phó thác chúng. Nếu bạn cứ tu tập như thế, sự tập trung của bạn sẽ thay đổi từ buông xả và quan sát đến cố tìm ra bản thể của bạn, cái chân ngã đang ngắm bạn buông xả và quan sát.

Quan sát nghĩa là ngắm nhìn cái trung tâm không hình tướng và không hề đứng yên. Quan sát không phải là cầu nguyện với cái gì. Xin Chủ nhân Không giúp là cầu nguyện, không phải phó thác và quan sát. Chỉ có tin vào Chủ nhân Không và phó thác mọi sự cho nó. Và duy trì sự ngắm nhìn. Nhập mọi sự vào máy vi tính – Tâm – và chú ý những gì hiện ra. Kết nối với Phật có sẵn của bạn và quan sát cách những vật bạn phó thác được chăm sóc tự nhiên và tự động. Bạn nghĩ sẽ đạt được lợi ích gì do không biết Phật sẵn có của mình và xin người khác giúp đỡ?

Hãy cứ ngắm nhìn. Cứ ngắm những bước chân của bạn. Cứ ngắm xem ai đang đi, ai đang lắng nghe và ai đang thấy. Cứ ngắm người đã đang làm mọi sự trong đời sống hằng ngày của bạn. Nếu bạn đang tìm chân lý trong chỗ nào khác đời sống hằng ngày, bạn sẽ không bao giờ tìm ra. Cẩn thận quan sát giọt nước mắt, tiếng cười, đau khổ và hạnh phúc của bạn. Ngay đó, những vật khiến bạn khóc cười có thực sự hiện hữu? Cái ngã khóc cười có thực sự hiện hữu? Cứ ngắm nhìn thật gần và thật cẩn thận.

Dù cho bạn đối mặt với tình trạng khẩn cấp dường như vượt trên khả năng của bạn, hãy phó thác cho Chủ nhân Không và cứ ngắm nhìn. Có niềm tin vào Chủ nhân Không, tiếp tục phó thác và quan sát. Cứ ngắm nhìn không phân biệt giữa những sự vật. Chủ nhân Không, bản thể của bạn, sẽ chăm sóc bất cứ gì bạn phó thác cho. Tin chắc điều này và tiến tới. Đây là thiền định, đây là phó thác và quan sát. Có niềm tin vào Chủ nhân Không, và cứ phó thác hết những gì ngăn trở bạn, và chỉ ngắm nhìn những gì hiện ra. Đừng đòi kết quả mà vốn là yêu cầu lớn nhất của những định kiến của riêng bạn. Dù những việc bạn đã tạo hằng vô số kiếp hiện ra đều đều, nếu bạn buông xả khi chúng ngăn trở bạn, thì những gì đã được đưa vào sẽ bị xóa. Cứ ngắm quá trình này.

Khi bạn phó thác sự việc cho Chủ nhân Không, đừng bao giờ nghĩ chính bạn tách biệt với Chủ nhân Không. Bạn và Chủ nhân Không vốn đã là một. Bạn là người buông xả, và đồng thời bạn cũng là người nhận. Cũng thế, không có tách biệt giữa người ngắm và vật bị ngắm. Nếu bạn phân biệt giữa người ngắm và vật bị ngắm, thì đó không thực là phó thác và quan sát.

*Chương bảy*
# Chứng ngộ

**Con đường đến tỉnh thức**

Chứng ngộ không có nghĩa là từ bỏ một cái ngã phàm ngu, và tìm một cái ngã là một vị Phật ở đâu khác. Vì bạn là Phật, không có ngã nào để ném đi, và không cái ngã nào để tìm. Chỉ từ bỏ vô minh và ảo tưởng, bạn sẽ biết rằng bạn là Phật và đã hoàn hảo như bạn là. Nếu bạn nhận ra điều này, bạn sẽ bật cười về việc bạn đã phí bao nhiêu nỗ lực để trở thành chính mình. Đây là nụ cười an lạc, hân hoan.

Chứng ngộ nghĩa là không bao giờ bị ô nhiễm bởi sanh tử, cho dù bạn sống trong thế giới thành hoại. Biết rằng bạn không từ bỏ cõi này để đến cõi khác. Biết rằng chứng ngộ hiện hữu ở giữa nhiễm ô, thay vì nghĩ bạn phải vứt bỏ những nhiễm ô để đạt đến một trạng thái chứng ngộ riêng biệt. Chứng ngộ là biết rằng không có cái ngã tuyệt đối hiện hữu tách rời khỏi cái ngã có nhiều nhiễm ô, ảo tưởng, và lo âu ngay hiện giờ. Biết rằng nghĩ, nghe, và những vọng tưởng đều khởi lên từ Nhất Tâm. Tất cả điều này là chứng ngộ.

Nếu bạn chỉ quan tâm đến Không và không để ý đến thế giới vật chất, hay nếu bạn không để ý đến những hoàn cảnh hiện tại của mình, nói rằng "Mọi vật là thường", hay "Không có ngã," thì đây không phải là trung đạo. Nếu bạn chỉ thấy một bên, không có bên kia thì bạn đã chệch hướng khỏi trung đạo, mà không có nó thì không có chứng ngộ.

Để hiểu thấu chính mình và đạt ngộ, bạn phải chết ba lần, và ba lần này cũng không phải ba lần. Sau khi chết lần thứ nhất, bạn tìm ra chính mình. Sau khi chết lần thứ hai, bạn biết rằng mọi vật không hai. Và sau khi chết lần thứ ba, bạn có thể biểu hiện bất nhị. Đó là nói bạn phải vượt qua ba bậc mà không phải là những bậc cố định : đưa mọi vật và những chướng ngại về bản thể của bạn. Nếu bạn duy trì điều này, cuối cùng bạn sẽ khám phá ra bản tánh của mình. Rồi thì một khi bạn khám phá ra chân ngã, bạn phải buông xả ngay cả điều này với tâm vô tâm. Nếu bạn duy trì điều này, bạn sẽ thực sự ngộ ra rằng bạn không tách biệt với mọi hiện hữu. Sau cùng, nếu bạn giữ sự buông xả này, ngay cả tâm vô tâm cũng sẽ tan biến, và trạng thái chân không sẽ đến. Tại điểm này, bạn có thể biểu hiện bất nhị. Dù những bậc khác nhau, bên trong, hãy nhìn mọi vật như chính bạn – không bao giờ như vật riêng biệt – và buông luôn điều này rồi tiến tới.

Nếu bạn là một hành giả với niềm tin kiên định, không có những thứ bậc trong tu tập, vì chân lý, trong sự trọn vẹn, hoạt động bình đẳng tại mỗi nơi và mỗi lúc; được sử dụng cho mỗi chúng ta, tại mỗi khoảnh khắc như thế. Theo đúng nghĩa thì không có những thứ bậc, nhưng từ quan điểm khác, những thứ bậc tồn tại rõ ràng. Bạn phải trải qua chúng và tiến tới không lười mỏi.

### Thấy bản tánh sẵn có của bạn

Bậc đầu tiên để thực hành, hãy buông cái ngã vô minh, làm mãi cho đến khi bạn biết chân ngã của mình. Ở bậc này, một hành giả "chết" lần đầu và, đồng thời là mới sanh.

Ở bậc thứ nhất này, hành giả cần chú ý trở lại Chủ nhân Không và thu nhiếp tất cả những tư tưởng đang phóng ngoại, phó thác chúng cho Chủ nhân Không cùng với tất cả những chướng ngại và mọi thứ khởi lên khác. Ở bậc này, niềm tin là sự quan trọng nhất. Nó phải là cực kỳ chân thành. Bạn cũng cần can đảm, để cho tại mỗi niệm bạn có thể buông xả tâm bị nhiều việc và hoàn cảnh trói buộc. Bạn cần can đảm vì khi bạn từ bỏ những gì bạn đã nghĩ về, điều này như chính bạn chết.

Bậc này là tu tập làm tan vỡ ảo tưởng về vọng ngã được tạo nên bởi tư tưởng phân biệt của riêng bạn. Nếu bạn có thể tu tập kiên định như thế, thì có thể nói rằng bạn thực sự hành thiền. Nếu tu tập buông bỏ vọng ngã sâu sắc và trở nên xác thực, rồi thì giữa cơn thiền định, chân tánh tự nhiên xuất hiện. Giống như đứa bé mới sanh sau khi thai nghén. Từ quan điểm của cái ngã cho mình là phàm ngu, sự tu tập này giống như đang chết vì bạn đang phó thác mọi chướng ngại và đang buông xả mọi dính mắc. Tuy nhiên nhìn từ Chủ nhân Không, đây là quá trình sự sinh.

Khi chân tánh xuất hiện, bạn sẽ cảm thấy hạnh phúc vô tả. Nhưng đây không phải là kết thúc. Từ điểm này, bạn phải tiến tới từ hình ảnh của bản thể, tác giả thực sự. Đây là lúc tu tập thực sự bắt đầu.

Nếu như bạn tìm ra chính mình và trở thành một với chân ngã của bạn, bạn vẫn phải tiếp tục hành trì và tiến lên. Đây là thời kỳ vô cùng khó khăn. Vì bạn biết chân ngã và không bị vật gì trói buộc, bạn có thể trở nên rất thoải mái. Như thế dễ dàng cho bạn ở lại bậc này, nghĩ rằng "Nó đây rồi!" Bạn rất hạnh phúc và thoải mái như thể bạn đang uống nước suối ngọt ngào của cuộc đời mà bạn chưa từng mơ đến khi còn lang thang trong đau khổ. Vì vậy bạn sẽ cảm thấy như mình đã đạt được nhiều và khó tưởng tượng rằng còn phải tu tập những bậc cao hơn nữa. Bạn không nghĩ về những bậc cao hơn này vì bạn chưa bao giờ thấy hay nghe về chúng. Hơn nữa, khi nhìn quanh, bạn thấy mọi người ở mức thấp hơn mình, vì thế bạn dễ dàng nghĩ bạn là tối cao. Mọi vật bên trên thì tối, bên dưới thì rõ ràng. Bạn phải nhận ra bậc này còn yếu ớt. Nếu bạn không cẩn thận, bạn rất dễ lạc hướng.

Giác ngộ hoàn toàn ngay lập tức là rất khó. Tại sao? Vì bạn đã tạo rất nhiều tập khí qua vô số kiếp, rất khó khăn bỏ tất cả chúng ngay. Do đó đừng nghĩ rằng bạn phải bỏ mọi sự lập tức, thay vào đó hãy duy trì sự buông xả những việc khi nó nổi lên. Như thế, bạn có thể có những kinh nghiệm và việc tu tập càng sâu sắc. Khi bạn phó thác những việc này cho Chủ nhân Không, nghiệp sẽ tan biến và tập khí cũng rơi rụng. Khi buông và buông, bạn cũng lớn lên. Và ngay khi bạn thình lình ngộ, đừng quá quan tâm về nó. Bạn phải chết đi lần nữa, không còn tách biệt khỏi bất cứ gì chướng ngại bạn.

### Thành Phật

Ở tình trạng "chết" lần thứ hai, hành giả bắt đầu có những khả năng kỳ diệu. Tuy nhiên đó là một trong những việc bạn cần buông xả và ném đi. Nếu một trong năm loại thần thông khởi lên, thì hãy chỉ buông xả chúng về bản thể của bạn và tiến tới. Vì bạn dùng vô tâm để buông xả mọi việc xảy đến, trạng thái của bạn khác với những người có thần thông. Có vài người có được khả năng này, nhưng thường là trường hợp không biết lý bất nhị và thường không buông xả về bản thể, vì thế họ tự nghĩ, "Những năng lực này là kho tàng kỳ diệu như thế!" Nếu ai tiếp tục bám vào và cố gia tăng những năng lực này, thì không chỉ phí thì giờ trên con đường không thể đưa đến tự do, mà đó cũng là một mạo hiểm lớn lao kết thúc bằng mất trí.

Nếu bạn hiểu rằng cuối cùng mọi sự khởi lên từ tâm, và nếu bạn trở về và phó thác cả những thần thông cho bản tâm sẵn có, thì sẽ đạt được vô tâm. Gọi là vô tâm vì tâm tự nhiên tĩnh lặng. Nếu trạng thái vô tâm này được làm sâu sắc, những vấn đề như "Bản ngã có hay không?" không khởi lên. Ở bậc này, bạn là ai rất khác với cái "tôi" mà phàm ngu thường nghĩ là chính họ, đến nỗi có thể nói một cách chính xác rằng "tôi" không hiện hữu. Mặt khác, có người thực sự sống trên thế giới, vì thế theo lối nhìn khác, cũng đúng khi nói rằng "tôi" hiện hữu. Nói cách khác, vô tâm là một trạng thái trống rỗng hoàn toàn, nơi mà ngay cả tư tưởng về vô tâm cũng tự nhiên bị buông xả - không phải trạng thái không có gì, nhưng là một trạng thái rỗng không hoàn hảo có thể làm và trở thành bất cứ gì. KHÔNG có thể làm tan mọi đau khổ và vô minh, và cũng là nơi vô tâm tan biến.

### Niết bàn

Bạn phải "chết" một lần nữa sau khi chết hai lần. Thêm vào đó, bạn phải tuân theo một bí quyết. Khi bạn đạt đến bậc này, dù có "bạn" và "tôi" rõ ràng, bạn có thể trở thành tôi, và tôi có thể trở thành bạn, hay không có cả hai "bạn" và "tôi". Tại bậc này, bạn đến để hiểu nguyên lý mạnh mẽ của hiện hành. Bạn có thể biểu hiện như thế vì tâm vốn không hình thể, nên nó có thể xuất hiện trong vô số hình dáng.

Sau khi bạn "chết" lần thứ ba, giai đoạn biểu hiện mở ra. Có nhiều việc kỳ diệu về giai đoạn biểu hiện này. Trong kinh Duy Ma Cật có chuyện Phật gom năm trăm lọng thành một lọng, không phải là phép mầu mà là sự thật. Cái lọng chỉ mọi vật trong cõi Phật cũng là sự thật. Ở giai đoạn này, nếu bạn ngồi một cách bình an, bạn là một vị Phật. Nếu bạn khởi lên một tư tưởng, bạn trở thành một Bồ tát, và có thể chăm sóc những chúng sanh vô minh trong mọi cõi. Chỉ là lời nói không cách gì có thể mô tả mọi sự về giai đoạn này.

Thế thì chính bạn đơn độc thoát khỏi vòng đau khổ, sanh tử không phải giai đoạn cuối cùng của sự tu tập. Qua Phật pháp, chân lý mầu nhiệm và thẳm sâu, bạn có thể nghe những gì chúng sanh cần và có thể cứu độ tất cả chúng sanh vô minh. Bạn có thể làm mọi việc này với tay không phải tay và chân không phải chân. Có thể được vì qua năng lực của Phật pháp, bất cứ việc gì cũng thực hiện được, ngay cả trong thế giới vật chất. Tất cả quy luật của thế giới vật chất được hoàn thành và được quy định bởi Phật pháp. Ý nghĩa vĩ đại của Phật Pháp là mênh mông và hoàn mãn đến nỗi vượt trên sự hiểu biết.

Chân Niết-Bàn được đạt đến khi bạn còn sống chứ không phải sau khi chết. Hơn nữa, khi bạn buông bỏ và ném đi cả tư tưởng bạn đã đạt Niết-bàn, thì đây là Niết-bàn toàn mãn. Khi bạn đạt đến Niết-bàn toàn mãn, bạn sẽ biết cách trở về Niết-bàn của sự hiện hữu. Bạn phải trải nghiệm mức độ không xương, không thịt, nơi không có gì cả.

## Trung đạo

Khi bạn có thể xem lãnh vực giác ngộ và vô minh bình đẳng và hài hòa, là bạn đang theo trung đạo.

Không cần nghĩ rằng một bên vô nghĩa và một bên quý giá. Buông xả cả hai bên. Không cần nhận một bên và bỏ một bên. Xung lực nhận hay bỏ khởi lên từ định kiến. Hoàn thành cả hai bên, xem chúng bình đẳng. Không phải chân trái, không phải chân phải. Cả hai chân với nhau, đúng như chúng là.

Không cần giữ vật này, ném bỏ vật nọ. Bạn cần phải chăm sóc cả hai cùng một lúc. Không có việc chọn một bỏ một. Bạn không nên mất mình trong Không và không nên mất mình trong vật chất. Bạn phải kết hợp 50% cõi hữu hình với 50% cõi vô hình.

Trung đạo nghĩa là cái Không to lớn, cái toàn thể bao gồm mọi thái cực.

### Công đức của giác ngộ

Nếu bạn thực sự giác ngộ được bản tánh của tâm, bạn sẽ tự do và thoải mái, và sẽ không làm nô lệ cho bánh xe nghiệp và tái sanh nữa. Bạn tự do vì không bị quấy nhiễu bởi bất cứ gì khởi lên từ bên trong hay bên ngoài. Định kiến về "tôi" tan biến. Bạn biểu hiện như một bác sĩ hay một điều dưỡng, như một quan tòa, người khởi tố hay một luật sư. Bạn biểu hiện như một tổng thống, một nông gia, hay một gái điếm. Qua bản tâm, bạn biểu hiện bất cứ gì cần thiết. Bạn biểu hiện trong triệu cách, không giới hạn, và chăm sóc mọi vật hữu hình và vô hình mà không chướng ngại nào. Đó là khả năng của một người tự do thực sự.

Nếu bạn giác ngộ, thì vì chân lý của mọi hiện hữu là ở trong bản tâm bạn, không có gì không phải là cổng vào, không có gì không phải là một bài thơ, không có gì không phải là Pháp, và không có gì không phải là kho tàng.

Nếu một người giác ngộ, vô số hạt giống giác

ngộ sẽ được rải khắp thế giới. Dù khó khăn, nếu một người giác ngộ, vô số hạt giống nâng đỡ và hướng dẫn mọi chúng sanh sẽ trải khắp thế giới này, cũng như những cõi khác.

# PHẦN BA

## ÁP DỤNG LÝ NHẤT TÂM

*Chương tám*

## Cốt tủy của Phật giáo nằm trong ứng dụng và kinh nghiệm

Dù chân lý Phật Thích-ca đã dạy là mênh mông vô hạn, nếu bạn không kinh nghiệm nó trong đời sống hằng ngày, nó sẽ vô dụng như bức tranh vẽ thức ăn đối với người đói. Dù bạn nhìn nó một trăm lần, nếu bạn không thể ăn được, nó vô dụng. Nếu bạn muốn nhận ra chân lý, Phật Pháp, bạn phải kinh nghiệm nó qua đời sống thường nhật, qua thân và tâm của bạn. Bạn có thể tìm được gì khi bỏ qua điều này và kiếm tìm chân lý nơi nào khác? Phật dạy người kinh nghiệm chân lý cho chính họ, vì đây là cách duy nhất để trở thành tự do thực sự.

Dù bạn nhớ hết tên vật liệu cần để xây nhà, như gạch, ván ép, xà gồ, ngói mái, nếu bạn không thực sự đặt chúng với nhau và xây nhà, chúng không giá trị nhiều, phải không? Mục tiêu của Phật pháp là sự ứng dụng, không phải kiến thức trí óc.

Từ cái nhìn của bản tâm, "chỉ làm" dễ hơn là nói. Ngôn từ có lẽ không thỏa đáng hay hiểu lầm, nhưng làm thì thẳng tiến: Nếu bạn làm, nó sẽ được chăm sóc. Tuy nhiên, người ta bị dính mắc bởi ngôn từ và tranh cãi đúng sai, không bao giờ cố kinh nghiệm trực tiếp về Pháp.

Đừng để bị vướng vào lý thuyết hay tranh luận. Hãy nếm chân lý dành cho chính mình. Thay vì thảo luận xem dưa chín hay chưa, chỉ cần cắt nó ra và cắn một miếng. Đó là chân thiền định, và là thiền trong hành động. Tất cả hiện tượng hữu hình hay vô hình là thiền trong hành động. Thế thì bao lâu bạn nghĩ rằng giác ngộ là cái gì ngoài đời sống hằng ngày, bạn sẽ không bao giờ chứng ngộ.

Học mà không hành động, và học không theo với hành, chỉ là sự góp nhặt kiến thức vô hồn. Làm một lần tốt hơn nhìn trăm lần. Trí tuệ chân thật chỉ đạt được qua ứng dụng và kinh nghiệm.

Dù bạn có lẽ đã là hành giả Phật giáo hằng

mười năm, nếu bạn không thể uống được nước suối trong lành, và không thể cho người khác nước, thì bao giờ bạn có thể trả lại nợ? Và bao giờ bạn có thể ban ánh sáng và trí tuệ cho người khác? Dù bạn có khả năng thành Phật, trừ khi bạn thực hành những gì bạn học, bạn không thể vượt khỏi mức độ của một chúng sanh vô minh.

*Chương chín*
## Thực hành
## trong đời sống thường nhật

### Chính đời sống là pháp

Phật Pháp là trái cây có mười ngàn vị ngon, hoa có mười ngàn hương thơm. Có thể nói rằng những hành giả là những nông dân trồng trái cây và những người làm vườn chăm sóc những bông hoa. Tu tập Phật Pháp là loại trồng trọt kết quả nhất và có ích nhất. Hơn nữa bạn không cần coi nhẹ những việc khác trong đời sống hằng ngày để làm điều này. Bạn có thể làm người trồng trọt Phật Pháp trong khi đang làm công việc thường lệ của mình, vì sinh kế cung ứng kinh nghiệm giúp bạn tu tập Phật Pháp sâu xa hơn.

Phật Pháp là luật của thực tại và luật của đời sống thường nhật. Nếu bạn thực sự có thể suy nghĩ và hành động theo lời Phật dạy, thì bạn có thể ngộ chân lý thâm sâu mà với nó bạn có thể giải quyết bất cứ vấn đề nào, không chỉ của cá nhân, mà còn của xã hội và quốc gia. Không có tôn giáo hay sự giác ngộ tinh thần nào hiện hữu ngoài đời sống thường nhật.

Phật Pháp hoàn thành mọi việc trong đời bạn – đi, nói, và cử động. Như thế chân lý mà mỗi vị Phật dạy hiện hữu không chỉ ở Pháp đường, mà cũng ở trong giường, nhà bếp, và nơi làm việc. Đời sống của cư sĩ và đạo sư không khác nhau trong sự tu tập.

Bạn phải tu tập trong khi thích ứng với hoàn cảnh riêng. Đừng nghĩ đến chuyện nhảy khỏi nó hay ném bỏ việc gì. Thay vào đó, cứ tiến tới một cách cần mẫn ngay giữa đời sống riêng và những hoàn cảnh, với tâm dẫn thân và thân dẫn tâm.

### Diễn trình những khó khăn và đau khổ

Nếu ai đó gây khó khăn lớn cho bạn, đừng bao giờ xem người đó là vật tách biệt khỏi chính bạn. Đừng phân biệt giữa "tôi" và "những người khác". Đừng bị mù vì những hiện tượng đẹp, và đừng sợ những việc lớn. Vì bạn hiện hữu, chúng cũng hiện hữu. Vì bạn có mặt, mọi khó khăn có thể xảy ra. Vì mọi vật trong vũ trụ đang vận hành như một, như Nhất Tâm, mọi người khác cơ bản cũng là chính bạn. Đừng bị lay động. Không sao cả dù bạn gặp Phật, hay Ma vương hay Hộ pháp, mọi thứ chỉ là hình dáng khác của chính bạn.

Khi bạn đối mặt với những khó khăn, đừng trở nên chán nản, tự hỏi "Tại sao những khó khăn như thế lại xảy ra cho tôi?" Khi những việc này xảy đến, bạn nên nghĩ "Bây giờ tôi có một cơ hội để lớn lên." Tương lai của bạn tùy thuộc cách bạn chọn. Bạn đã được ban quyền lực quyết định tương lai của mình.

Thực ra, những hoàn cảnh xấu là cơ hội để học. Khi bạn hiểu rằng những việc này là Chủ nhân Không dạy bạn, bạn không thể ngăn chặn nhưng biết ơn ngay những hoàn cảnh này. Thực ra, khi những khó khăn đến, bạn có thể tiến triển nhiều hơn trong tu tập. Như thế, sự tu tập của bạn sâu hơn và bạn đạt được trí tuệ và sức mạnh.

"Lặng lẽ ôm những khó khăn" không có nghĩa chỉ cam chịu chúng. Nó có nghĩa là những khó khăn bạn đối mặt vốn là không, và hơn nữa, những khó khăn này có thể hướng dẫn và luyện tập bạn. Đây là thái độ của hành giả lặng lẽ ôm mọi sự.

Giấc mơ đang bị đánh thức, và bị đánh thức

là một giấc mơ. Đừng coi những giấc mơ và những giờ bạn thức tách biệt nhau. Nếu bạn nghĩ chúng khác nhau, bạn không thể biết chỗ sâu hơn.

Khi bạn biết rằng bạn đang nằm mơ, bạn sẽ không phiền lòng với những gì xảy ra trong mơ. Cũng thế, những người hiểu rằng những nhiễm ô cũng không gì khác hơn một loại mơ, họ không bao giờ bị chúng gạt. Ngay trong mơ, đừng cho là những sự vật tách biệt với chính bạn, và đừng cho phép chính bạn bị vướng mắc trong những gì xảy ra.

Người ta cố thoát khỏi đau khổ, nhưng họ không cố hiểu những nguyên nhân thật sự của đau khổ. Như thế, dù họ có thể thoát khỏi một trường hợp đau khổ, họ không thể tránh đối mặt với đau khổ nhiều hơn trong tương lai. Tư tưởng về "tôi" giống như một xưởng sản xuất liên tục đau khổ và khoái lạc. Bạn là một người tạo ra chúng, vì thế bạn là người duy nhất có thể giải quyết chúng. Để làm điều này, đừng nghĩ những việc này như số phận hay nghiệp, chỉ phó thác mọi đau khổ, mọi vật chướng ngại bạn cho chân ngã của bạn, hãy cứ ngắm nhìn và buông xả.

"*Dục tri tiền thế nhân, kim triêu thọ giả thị. Dục tri lai thế quả, kim triêu tác giả thị.*" Nếu bạn xem xét bạn là ai ngay bây giờ và bạn là loại người nào, có thể thấy bạn đã sống thế nào trong quá khứ. Nếu bạn xem xét bạn đang làm gì bây giờ, bạn có thể thấy đời bạn ra sao trong tương lai. Khi gió mưa đến, mọi bụi bẩn đều trôi sạch. Dù có lẽ không thấy nó vào lúc đó, về sau bạn sẽ nhận ra sự đau khổ bạn đang kinh nghiệm, thực sự là chư Phật và Bồ tát đã đến làm thanh tịnh bạn và giúp bạn lớn lên.

### Bệnh tật

Khi thân bạn bất ổn, thường cần đến hiệu thuốc hay một bác sĩ, nhưng trước hết bạn cần nhớ bản tâm. Nó liên kết mọi vật và là nơi mọi vật bắt đầu, vậy hãy giao điều kiện đó cho nó. Và trong khi bạn được chữa trị, cứ phó thác tình trạng đó cho bản thể. Hơn nữa, nếu bạn nhớ rằng bác sĩ và bạn được nối kết như một qua bản thể của bạn, và giao cho bản thể tư tưởng này, thì sự chữa trị có nhiều thành công hơn.

Như hầu hết mọi vấn đề, người khác có thể giúp bạn một phần thôi, nhưng chỉ có bạn mới chăm sóc được những phần cơ bản nhất. Bạn làm thế bằng cách giao mọi sự - cả bệnh tật và đau đớn - cho bản thể. Vì mọi vật, gồm cả bệnh, khởi lên từ bản thể, vậy đó cũng là nơi cần khởi đầu để giải quyết.

Thân thể bị rối loạn thường xảy ra khi những sinh vật làm thành thân chúng ta không nhìn sự vật từ cái nhìn toàn thân. Chúng không biết cái gì tốt nhất cho toàn thể và chỉ lo đánh lẫn nhau, tìm lợi thế và quyền thống trị. Như thế, một lối chữa bệnh là dạy tất cả những sinh vật này rằng trên cơ bản chúng đang sống và làm việc với nhau như một đời sống: điều gì xảy ra cho một sẽ ảnh hưởng toàn thể.

Phó thác cho bản thể tư tưởng "tất cả chúng ta đang chia sẻ cùng đời sống, cùng tâm cùng thân, làm việc với nhau như một, tự do cho và nhận những gì cần," thì qua bản thể, tư tưởng đó sẽ liên tục cộng thông tất cả sinh vật trong thân chúng ta. Khi những sinh vật trong thân chúng ta có thể chung sống hài hòa, lúc đó chúng biết rằng những đời sống khác cũng là đời sống của chúng, rồi thì vô số vấn đề về thân chúng ta sẽ cải thiện hay biến mất. Thường có thể sống đời bình thường ngay dù có gì đó như ung thư không biến mất, vì những tế bào này đang sống hòa hợp với phần còn lại của những sinh vật tạo thân.

Phật tánh của người khác giống như Phật tánh của bạn. Mọi người và những sinh vật liên kết như một qua bản thể này. Vì thế khi chúng ta giao phó cho bản thể một tư tưởng hay ý định đối với ai, năng lượng đó sẽ được truyền thông. Ngay cả khi người đó không biết gì về tu tập, tuy nhiên, năng lượng đó vẫn được truyền đạt và rơi vào một mức độ rất sâu.

Hầu hết mọi vấn đề, vẫn có một phần người ta phải giải quyết chúng. Tuy nhiên, tưởng tượng trường hợp ai đó phải làm việc tại một môi trường lạnh lẽo và tối tăm. Rồi tưởng tượng ai đó cũng làm việc này trong bầu không khí ấm cúng và sáng sủa, thức ăn bổ dưỡng và quần áo ấm áp. Trường hợp nào tốt hơn? Cái nào suôn sẻ hơn? Đây là lý do và cách chúng ta có thể giúp người khác qua bản tâm của mình.

### Tiền bạc và thành đạt

Tu tập là chăm sóc một cách khôn ngoan những việc chướng ngại bạn trong đời sống thường nhật – gồm cả những vấn đề tiền bạc và thành đạt. Vì thế sẽ không sao dù bạn có ít tiền hay nhiều tiền, hãy hiểu rằng bạn chỉ quản lý nó, bạn không sở hữu nó. Thực ra, tiền bạc vô chủ, nó không phải là tiền của bạn, cũng không phải là tiền của người khác. Nó là vật lưu chuyển không ngừng, đến rồi đi. Vì thế hãy liên tục từ bỏ sự dính mắc vào nó.

Khi một người kiếm tiền, họ thường nghĩ rằng họ kiếm tiền đó một mình. Nhưng không có người khác giúp thì không thể kiếm được xu nào. Theo nghĩa nào đó, dễ thấy rằng tiền kiếm được nhờ sự trợ giúp của người lao động, khách hàng, người chủ, v.v… Tuy nhiên, trên những điều này, từ cái nhìn của bản thể, mọi chúng sanh cùng làm việc với nhau để kiếm tiền đó. Vì thế tiền đó không thể nói thuộc một mình bạn. Được và mất như hai mặt của đồng tiền: chúng luôn làm việc như một cặp, không đơn độc. Bạn phải biết điều này. Khi bạn có một lợi tức, đừng bám vào đó, và khi mất mát, đừng trở nên ngã lòng về nó. Dù nhiều người khóc cười vì được mất, nếu bạn có thể chú mục trên bản tâm, bạn sẽ cảm thấy dễ dàng hơn và ít thấy lạc hướng khi những việc lạ lùng hay kinh khủng xảy ra trong đời.

Với mọi vật, biết những ý nghĩa riêng của mình và sống trong chúng. Đừng bám vào sự vật, thay vào đó, hãy sống hài hòa, biết rằng không có gì không phải là bạn.

### Gia đình

Con đường thành Phật nằm giữa sự chăm sóc gia đình và quan tâm những người trong đời bạn. Hãy làm tan biến những việc chướng ngại bạn ngay bây giờ. Nếu bạn nói và bận lòng về những việc đã qua, trong khi lơ là những nhiệm vụ đang ở ngay trước mặt mình, đó có thể gọi là tâm tham. Nếu bạn không vượt qua được những vấn đề đối mặt trong đời sống thường nhật và ở nhà, thì bạn không ở giai đoạn có thể nói về Phật Pháp. Bạn phải vứt bỏ mọi vật mà không bỏ bất cứ vật gì. Nghĩa là bạn bỏ những dính mắc, nhưng bạn không bỏ con người và những tình trạng chướng ngại bạn trong cuộc đời. Chăm sóc những việc xảy ra trong đời là hành động của một Bồ Tát.

Đừng bám vào con cái. Giao chúng cho năng lượng của bản thể và sống hài hòa với nhau. Khi bạn sống như thế, chắc chắn những đứa trẻ của bạn cuối cùng sẽ trở thành những vị Phật và Bồ tát.

Nếu bạn đời của bạn hay con cái bạn làm điều xấu, đừng bao giờ phản ứng bằng miệng, thân hay đồ vật. Chỉ giao mọi thứ cho bản tâm và quan sát. Chỉ duy trì việc đưa mọi vật đến bản thể. Rồi thì bạn có thể truyền thông với nhau. Nếu bạn quay số điện thoại phía bạn, điện thoại sẽ reo ở phía người kia. Khi bạn làm thế, lòng thành của bạn có thể được truyền đi.

Đây là thực sự yêu họ và là sự diễn đạt của Phật pháp.

Trước khi đổ lỗi cho cha mẹ, con cái, vợ hay chồng, bạn cần biết rằng mọi chúng sanh tụ hội với nhau theo nghiệp tương tự của họ. Bạn cũng nên biết rằng sự đổ lỗi cho người khác là một trong những việc có hại về mặt tinh thần nhất mà bạn có thể làm.

Thời kỳ mang thai không những làm tình trạng tâm và sự tu tập của bạn ảnh hưởng đến đứa con mà cũng là thời gian rất có tác động giúp cho tinh thần đứa bé phát triển. Tưởng tượng một phòng học ấm áp đầy ánh sáng, hay thường được bạn bè thông tuệ, trưởng thành vây quanh. Hãy nghĩ về ảnh hưởng sẽ có trên đời bạn và những chọn lựa bạn đã làm. Cũng thế, khi bạn dựa vào bản thể và giao những chướng ngại cho nó, con bạn cũng cảm thấy được năng lượng và ánh sáng của bản thể bạn. Đứa bé trong bụng bạn đang thay đổi và lớn lên nhiều đến nỗi một biến chuyển hay ảnh hưởng nhỏ ở giai đoạn này có thể có ảnh hưởng lớn suốt cuộc đời còn lại của nó. Hơn nữa, những tư tưởng người mẹ phó thác cho bản thể, có ảnh hưởng mạnh mẽ nhiều hơn  họ thường vẫn muốn đối với người khác vì, những tháng đó, người mẹ và đứa con chưa sanh đúng là cùng chia sẻ chung một thân thể.

Chúng ta có khuynh hướng thích người đối xử tốt với mình, và ghét những ai đối xử xấu với chúng ta. Ngay cả giữa những cặp vợ chồng hay giữa cha mẹ và con cái. Chúng ta vui vẻ khi có người nói tốt mình, nhưng khi họ thực tình chỉ lỗi, chúng ta thường cảm thấy đau hay phẫn nộ. Khi chúng ta vui với điều gì hay với ai đó, chúng ta có khuynh hướng thích điều đó hay người đó nhiều hơn. Nhưng khi chúng ta không thích những gì họ đang nói, chúng ta có thể thình lình trở nên giận dữ. Tất cả thái độ đó làm hại chúng ta, vậy hãy buông xả chúng về Chủ nhân Không và luôn dùng nụ cười và những lời tử tế để ứng xử với sự việc. Nếu bạn có thể làm thế, chân ngã – vị Phật có sẵn của bạn, sẽ lặng lẽ giúp tất cả tâm trở nên hài hòa.

### Tình yêu đích thực

Nếu một đứa bé rơi xuống nước sâu, cha mẹ nhảy ngay xuống và cố cứu nó. Họ làm mà không có ý niệm nào về chết hay không của chính họ. Họ làm vô điều kiện. Tình yêu mà nhảy xuống nước là tình yêu vô điều kiện của cha mẹ và cũng là tình yêu vô điều kiện của

Phật đối với tất cả chúng sanh. Tình yêu và từ bi của Phật và của cha mẹ đối với con cái là tình yêu cơ bản như nhau. Tất cả họ đều nói, "Ta sẽ cứu con, dù mất hết mọi thứ ta có." Tình yêu đích thực của cha mẹ không bao giờ mong đền đáp – đây là từ bi.

Dù cho những người khác có vẻ tốt hơn bạn, đừng tự ti. Dù bạn có vẻ tốt hơn những người khác, đừng tự mãn. Hãy luôn gắng có lòng trắc ẩn và rộng mở. Yêu thương lẫn nhau, chia sẻ gánh nặng cho nhau, và chia sẻ cho người khác những gì bạn có. Tình yêu này sẽ đủ nhiều để chăm sóc mọi vật trong thế giới.

Hãy bỏ tính ương ngạnh và ngạo mạn. Hãy bỏ tham dục, làm tan biến những dính mắc và tự thoát khỏi lòng đố kỵ, ganh ghét. Với nụ cười từ bi, giao tất cả tâm trạng tai hại đó cho bản thể, và hãy để chúng tan ra thành một. Đây là tình yêu và hành động của Bồ tát. Cái gì khác không thực sự là từ bi, nó là tham luyến và ảo tưởng.

### Hạnh phúc và hòa hợp

Niềm vui và đau khổ khởi lên tại điểm bạn bắt đầu phân biệt tốt xấu, ưa ghét. Tuy nhiên, hạnh phúc chân thật hơn hẳn cảm giác vui vẻ khi việc thuận theo mình. Hạnh phúc chân thật khởi lên từ sự buông bỏ phân biệt, từ Trung đạo chuyển hóa mọi đối đãi.

Hạnh phúc do bạn tạo. Đừng mong người khác ban cho bạn. Nếu bạn cứ bám vào ý nghĩ người khác đang làm bạn hạnh phúc, thì tất cả đau khổ sẽ theo sau.

Người ta muốn đời mình tốt đẹp, gia đình mình hạnh phúc, và đất nước mình thịnh vượng. Tuy nhiên, gia đình cãi cọ, chiến tranh xảy ra, và những quốc gia sụp đổ. Những việc này xảy ra vì người ta có khuynh hướng hành động và suy nghĩ theo tầm nhìn giới hạn và bất toàn. Nếu bạn có thể thấy mọi khía cạnh của việc chướng ngại bạn, có thể tác động và làm việc với chúng như một, thì tất cả tình trạng này sẽ được giải quyết hài hòa.

Dù bạn phải chia một miếng bánh trong bữa ăn, nếu tất cả đều hòa hợp thì đó là thời gian hạnh phúc. Dù bạn có một bữa tiệc linh đình, mà mọi người nói cay nghiệt với nhau, bữa ăn không thể vui vẻ được. Địa ngục ở đâu? Ai tạo ra nó? Dù bạn giàu có và bố thí nhiều tiền và thức ăn với những lý do xứng đáng, nếu tâm bạn nhỏ hẹp và đầy lòng tham, bạn sẽ không thể hưởng niềm vui ngay trong phút giây hiện tại, những quả tốt do bố thí cũng kém đi nhiều. Tâm là cội nguồn của mọi sự, vì thế bạn được cứu độ hay không, tùy thuộc cách bạn dùng tâm. Dù bạn đang giàu thành nghèo hay đang nghèo thành giàu cũng tùy thuộc chính bạn. Tịnh Độ của Phật không ở cõi xa xôi. Nếu bạn tu dưỡng tâm mình, chính cõi này tự nhiên sẽ thành Tịnh Độ.

*Chương mười*
# Tôn giáo và
# đời sống thường nhật

### Những vị thầy và việc học đạo

Đối với một người mù, một cây gậy là cần, và đối với người què, cây nạng là cần. Cũng vậy, đối với một hành giả thì vị thầy là cần. Nhưng có thể khó tìm được thầy tốt. Hãy cẩn thận, đừng bỏ trung tâm chánh trực của riêng mình và đuổi theo những người khác. Nếu bạn theo người mù, bạn sẽ rơi xuống hố.

Một khi bạn đã mở mắt của chính mình, một khi bạn đã ngộ được chân ngã, bạn sẽ có thể tiến lên lấy đó làm thầy. Tuy nhiên, đến được đó, quan trọng là theo một vị thầy tốt.

Quy y Tăng không có nghĩa là mù quáng theo những Tăng Ni. Những gì bạn nên tin vào là Phật tánh riêng của bạn, Chủ nhân Không.

Quy y Tăng nghĩa là khi bạn nghĩ rằng hành động, ngôn ngữ và tư tưởng của một vị thầy phù hợp hết với mình, và không trái với lương tâm và lương tri của bạn, rồi bạn theo và chấp nhận vị tăng hay ni đó làm thầy. Trong quá trình tu tập, bạn không chỉ cần thầy bên trong mà cũng cần có thầy bên ngoài để có thể giúp bạn thêm kinh nghiệm. Thí dụ Huệ Khả được chỉ dẫn bởi Bồ-đề Đạt-ma, và Wonhyo (617-686) một trong những vị thầy vĩ đại nhất của Đại Hàn có thầy là Đại An.

Những ngọn núi kiên định và không nao núng lặng lẽ nói với chúng ta, "Hãy sống như một ngọn núi." Những dòng nước chảy không ngừng thì thầm, "Hãy sống như nước." Những bông hoa nở giữa gai góc yên lặng hát, "Hãy sống như một đóa hoa." Một cọng cỏ dại sống trong đất khô cằn nói, "Hãy sống can đảm." Không có gì chẳng phải thầy của ta.

Không nơi nào trong cõi Phật và vũ trụ không phải nơi của bạn. Không sao cả dù bạn ở trong Pháp đường hay ngồi trên bồn cầu, vì bạn có mặt ở đó thì chân ngã của bạn có mặt với bạn. Tuy nhiên có nhiều người không biết Chủ nhân Không và lang thang bên ngoài, cố tìm một ông thầy hay một nơi tốt hơn để cầu khẩn. Họ không biết rằng bên trong chính họ có Pháp đường riêng luôn đầy ánh sáng và là nơi chư Phật luôn hiện diện.

### Đảnh lễ

Đảnh lễ thật sự nghĩa là giữ mình khiêm hạ và tôn kính chư Phật, Bồ tát và Hiền Thánh. Nhưng đồng thời, hãy biết rằng tâm các ngài và tâm bạn không hai, và đừng bao giờ đánh mất quyết tâm và hóa giải. Vì vậy, dù bạn cầu xin chư Phật Bồ tát cứu giúp, bạn phải gom lời cầu nguyện vào trong chính bạn. Nếu tâm bạn rất mực chân thật, bạn có thể có được vài kinh nghiệm và đạt một số vận tốt nào đó, nhưng bao lâu bạn còn tìm bên ngoài mình, những cố gắng của bạn không bao giờ có kết quả trong công đức thực sự. Bạn sẽ không đạt được mục đích lớn lao.

Chúng ta lễ Phật vì tâm Phật và bản tâm chúng ta không hai. Cũng thế, đảnh lễ là từ bỏ thân và tâm chấp ngã. Do đó khi đảnh lễ bạn nên luôn cố yên lặng, khiêm tốn, và cực kỳ chân thật. Và hãy biết ơn mọi vật.

Kính lễ Phật và thiền sư là kính lễ chân tánh của bạn. Dâng thức ăn lên Phật và thiền sư là dâng thức ăn cho Chủ nhân Không. Thật vậy, tâm Phật, tâm Bồ tát và Hộ pháp, tâm Tổ sư và những thiền sư quá khứ, tâm tất cả tổ tiên và tất cả chúng sanh vô minh cùng ở trong Chủ nhân Không, làm việc như một. Do đó, kính lễ và dâng thức ăn với một tâm cũng giống như cùng kính lễ, dâng thức ăn cho tất cả chư Phật và tất cả chúng sanh vô minh. Như thế dù đang cúng dường hay làm gì khác, bạn phải không quên bản thể của bạn, Chủ nhân Không.

Trong kỷ nguyên hiện đại này, khi mọi người rất bận kiếm sống, làm sao bạn có thể tu tập nếu bạn phải lạy 108 lạy hay ba ngàn lạy mỗi ngày? Tâm vượt khỏi không gian và thời gian, không hình dáng và hoàn toàn tự do, vậy thì một lạy chí thành nơi bạn là một với bản thể, có thể vượt hơn lạy ba ngàn lần.

Nếu một lần lạy trước Phật, trong đó đem mọi sự về bản thể, tâm hiện tại, tâm quá khứ, tâm vị lai của bạn cùng làm việc như một tâm, thế thì một lạy có thể vượt hơn mười ngàn lạy. Khi bạn lạy và đặt trán xuống nền trước Phật, có nghĩa tâm bạn và tâm chư Phật không hai, và thân Phật và thân bạn không hai. Như thế thân xác của bạn lạy Chủ nhân Không, bản thể của bạn.

Mọi vật sống với nhau như một và chia sẻ mọi vật như một, vậy bạn lạy bản thể là cái làm điều này khả thi. Bản thể của bạn bao gồm mọi vật và kết nối tất cả như một, vượt khỏi không gian và thời gian; đó là chức năng của bản thể, nguồn của mọi luật và chân lý của vũ trụ. Lạy cái ngã bao trùm mọi vật, không phải tự ngã cá nhân. Khi bạn bố thí hay giúp đỡ người khác, hãy làm từ bản thể, không từ cái "tôi" cá nhân. Trong khi lạy, hãy biết rằng mọi vật đã sẵn sàng được kết nối với bản thể bạn. Đảnh lễ chân thật là không hướng ra ngoài; thay vào đó, đi vào trong. Vậy, nếu bạn thật sự lạy Phật, bạn đang lạy Chủ nhân Không, bản thể của bạn.

### Giữ giới

Năm giới theo truyền thống bắt đầu bằng "Đừng…," nhưng có thể đọc chúng một cách tích cực. Như thế, "Đừng giết" trở thành "Hãy yêu thương mọi chúng sanh bình đẳng và từ bi." "Đừng trộm cắp" trở thành "Hãy bố thí và tạo công đức." "Đừng tà dâm" trở thành "Hãy nuôi dưỡng thân tâm trong sạch và chân chính." "Đừng nói dối" trở thành "Hãy nói lời chân thật và giữ thành tín." "Đừng uống rượu" trở thành "Hãy luôn giữ trí tuệ sáng suốt và ngay thẳng." Hiểu giới như thế, giới không phải là những gì bạn giữ do không làm điều gì đó. Đúng hơn, bạn giữ giới bằng cách đặt ý Phật vào hành động. Khi bạn dựa vào và giao mọi vật cho bản tâm thanh tịnh sẵn có, mọi giới được giữ gìn một cách tự nhiên.

Nếu dơ, hãy làm sạch nó. Nếu bừa bãi, làm cho nó ngay ngắn. Nếu bị yếu, hãy làm nó vững chắc. Đây là giữ giới. Sống chân thật và ngay thẳng trong khi chăm lo sự việc trong đời sống là giữ giới.

Nếu bạn tu dưỡng tâm, tự nhiên bạn giữ giới. Người ta tranh đấu với chính mình, nghĩ "Tôi phải giữ giới," cuối cùng thất bại. Đừng quan tâm dù là giới hay gì khác, bạn phải đưa mọi vật trở về bản thể, rồi giới tự nhiên được giữ. Tuy nhiên, những hành giả nên hiểu lịch sử và mục đích đằng sau giới luật. Hiểu chúng và giao chúng cho bản thể. Trong lối này, bạn có thể áp dụng chúng trong đời sống thường nhật một cách tự nhiên.

"Đừng làm thế này, đừng làm thế nọ" không phải là ý nghĩa thật sự của giới mà Phật ban hành. Cho dù sự việc là tốt, nếu bạn làm quá trớn, nó có thể trở thành xấu. Dù sự việc được cho là xấu, nếu bạn làm vì nhu cầu và hoàn cảnh, nó có lẽ không nhất thiết là xấu.

Nếu bạn đưa mọi sự đến bản thể, giới sẽ tự nhiên được giữ, dù cho bạn không thường xuyên nghĩ về chúng. Khi điều này xảy ra, giới là những cánh của tự do. Đừng cố tự thích nghi với giới. Hay hơn, hãy để giới, đã sẵn trong bạn, biểu hiện ra một cách tự nhiên.

Nếu bạn hoàn toàn buông tư tưởng về "tôi", và nhận ra bản tánh của mình, nghiệp mà bạn tích lũy từ vô thủy không thể trói buộc bạn. Khi bạn thực sự biết bản tánh, bạn tự nhiên cũng biết giới là gì, vì vậy bạn không phải cố phân biệt giữa điều gì phù hợp với giới và điều gì không.

Nhưng nếu bạn dính mắc vào nghi thức và luật lệ, tư tưởng về "tôi" không chết và bạn không thể kinh nghiệm lãnh vực tâm linh. Trong khi giữ giới, bạn không nên để chúng trói buộc. Đây là lý do trung đạo là cần thiết. Không cần đi vòng quanh gây xáo trộn. Hãy yêu thương người khác. Hãy thấy mọi vật bình đẳng, hãy nói năng tử tế và lịch sự, và có tâm rộng lớn bảo bọc người khác.

**Kinh điển**

Kinh điển mô tả cách thế giới vận hành. Tuy nhiên, sau khi có kinh điển, một số người tiêu hết năng lượng của họ để học kinh và rất ít chú ý đến thực tại. Vì thế những thiền sư theo truyền thống không cho phép đệ tử đọc kinh điển khi bắt đầu tu tập. Nếu bạn quá dính mắc vào kinh điển, và không thể thoát khỏi chúng, điều bạn đạt được là trở thành một con mọt sách.

Những người này đọc kinh sách mà quên ý nghĩa đích thực giống như những con ong tông vào cửa sổ và chết trong khi cố đến những đóa hoa bên ngoài.

Khi bạn có thể chắc chắn giao phó mọi sự cho bản thể không bị gì trói buộc, chỉ lúc ấy bạn mới có thể thực sự đọc những kinh như Tâm Kinh, kinh Kim Cang, kinh Pháp Hoa, kinh Hoa Nghiêm. Nếu tâm bạn sáng suốt đúng đắn và thấy chính mình rõ ràng, chỉ khi ấy bạn mới có thể tham khảo những bài giảng của các đại sư quá khứ để lại. Bạn phải biết chân ngã của bạn; rồi thì khi bạn đọc kinh, bạn có thể hiểu ý nghĩa  thực sự của ngôn từ, dù bạn không đọc kinh, bạn vẫn có thể biết chân lý cốt tủy chúng diễn tả.

Dù bạn nhớ được toàn bộ kinh Kim Cang, nếu bạn không kinh nghiệm một nửa thực tại vô hình, thì bạn sẽ chỉ thấy và theo ngôn từ, không phải ý nghĩa chân thật của Phật. Phật giáo là thực hành. Phật giáo là ứng dụng và đặt chân lý của kinh vào thực hành .

Trong quá trình dạy người, tất cả chư Phật của lịch sử đã dùng những biểu tượng và những câu nói đòi hỏi phản quán sâu để hiểu. Đừng tiếp nhận những biểu tượng này một cách cẩu thả: Chúng chứa đựng ý nghĩa to lớn. Có người chỉ hiểu biết cạn cợt về những bài giảng và đi lang thang nói những điều như, "Mọi vật đều không, vậy có gì để dính mắc?" Nhưng bạn không nên hấp tấp như thế. Chỉ những người thực sự trải nghiệm ý nghĩa của những biểu tượng này mới tự do nói về chúng. Nếu ai không có kinh nghiệm về nó cho họ thì chỉ là lặp lại những bài giảng, nghiệp của hành động này sẽ không biến mất dù qua cả triệu kiếp.

Nếu người ta hiểu đúng chân lý, thì những vị thầy quá khứ đã không cần cho nhiều phương pháp và bài giảng như thế. Tuy nhiên, người ta không biết chân lý, vì vậy phải có nhiều pháp thoại và phương pháp như là hát, tụng kinh, và thắp nến. Nhiều nơi vẫn theo những phương pháp và truyền thống này, nhưng bạn phải hiểu ý nghĩa nằm bên dưới. Nếu không thì bạn sẽ khăng khăng dùng xe ngựa trong thời đại xe hơi. Điểm quan trọng là đây: đừng bị rối trí vì phương pháp hay truyền thống được khai triển trong thời quá khứ. Mỗi người cần học cách trực tiếp thành Phật, thay vì bị đè nặng bởi những phương pháp khác nhau.

### Niệm danh hiệu Phật và tụng kinh

Khi những người là một với bản thể của họ tụng kinh, âm thanh của lời tụng sẽ tràn ngập toàn vũ trụ và tất cả chư Phật và Bồ tát đều nghe. Mọi vật cùng làm với nhau như một, vì thế nếu bạn đọc kinh hay tụng chú từ cái nhìn bất nhị, thì công đức sẽ khởi lên. Tuy nhiên, nếu bạn không biết ý nghĩa sâu xa, lời tụng của bạn không đến được Pháp giới. Bạn nên biết rằng khi chúng ta đọc Tâm Kinh hay Chú Đại Bi, chúng ta đang học những nguyên lý mà từ đó tất cả hiện tượng hữu hình và vô hình cùng làm việc với nhau như một, tự nhiên và tại mọi khoảnh khắc. Nếu chúng ta đặt những nguyên lý này vào đời sống thường nhật, thì chúng ta cũng học được cách đi và đến mà không có đi và đến.

Nhiều người niệm danh hiệu Bồ tát Quán Thế Âm, nhưng trong hầu hết mọi trường hợp, thay vì làm sáng suốt tâm của chính họ, họ lại đang tìm ánh sáng bên ngoài mình. Vì họ chỉ tụng bằng miệng, tâm họ không trở nên sáng hơn. Nếu bạn không biết rằng bản tánh của bạn là vốn sáng, làm sao bạn có thể cứu chính bạn và làm sao bạn có thể ban ánh sáng cho người chung quanh?

Vài người nghĩ rằng họ phải niệm Phật mỗi ngày liên tục. Tuy nhiên, đối với người không để khởi lên tư tưởng về "tôi", thì chỉ một niệm thôi, cũng trở thành niệm Phật, chỉ một niệm thôi, hướng dẫn toàn thế giới và chỉ một niệm thôi, trở thành sự biểu hiện của chân tánh. Bạn phải biết nguyên lý này và không chỉ niệm Phật bằng miệng.

### Làm một với tổ tiên

Cha mẹ, tổ tiên của bạn, tất cả Bồ tát, và tất cả Hộ pháp hiện diện trong tâm bạn. Vì vậy trong đời sống thường nhật, nếu bạn nghiêm túc giao mọi chướng ngại cho bản tâm của bạn, chính đời bạn trở thành sự phục vụ đáng nhớ đối với cha mẹ và là sự biểu lộ lòng biết ơn đối với chư Phật và tổ tiên.

Nói chung, người ta cho rằng một khi ai đó chết đi, không có thể làm gì thêm cho họ. Điều này đúng nếu chúng ta là những hữu thể tách biệt, không liên kết, nhưng chúng ta không phải là những chúng sanh bị giới hạn như thế. Trong khi tụng liên tục, tất cả chúng ta đã kết nối như một bởi bản tánh, Phật tánh, gốc rễ của chúng ta. Chúng ta được nối kết như một với mọi chúng sanh, dù họ ở phòng bên hay đã rời bỏ thân xác hoàn toàn.

Như thế, chúng ta có thể cho họ ánh sáng và năng lượng tùy thuộc khả năng để thành một với họ. Điều này có nghĩa phó thác tình trạng cho bản thể của ta không điều kiện. Nghĩa là đưa hoàn toàn những lo lắng, ưa và ghét, và những tập khí vi tế của cái nhìn sự vật như tách biệt một cách cơ bản, về bản thể của chúng ta. Chúng ta là ánh sáng tâm linh cho người khác đến mức độ chúng ta có thể làm được.

Thường thường, người ta đọc một quyển sách hay nghe một câu chuyện và nghĩ rằng họ biết. Nhưng họ lầm. Họ sẽ chỉ thực sự biết qua thực hành, qua ứng dụng hiểu biết và kinh nghiệm đối với chính họ. Loại "hiểu biết" đầu tiên này có thể được cho là một loại ảo tưởng và có thể hoàn toàn nguy hiểm. Hãy tưởng tượng ai đó chỉ đọc một cuốn sách về bay và nghĩ họ biết tất cả về nó: Cái gì sẽ xảy ra cho họ khi cuối cùng họ phải bước vào buồng lái và cất cánh?

Một khi người ta chết, họ không thể, trên chính họ, thay đổi mức độ ý thức mà sẽ ở lại cùng mức độ họ đã kinh nghiệm khi đang sống. Hơn nữa, đôi khi người ta mắc vào mức độ họ đang kinh nghiệm khi cận tử, không may là thường ở mức thấp hơn mức họ đã sống trong đời. Khi chúng ta trở thành một với họ, ý thức của họ sẽ nâng lên mức của chúng ta, hay mức họ đã sống, nếu mức ý thức của chúng ta cao hơn. Về cơ bản, chúng ta đang giúp họ không dính mắc và tiến về trước ở mức độ đúng đắn hơn tương ứng với mức họ đã đạt được khi sống.

Ngay cả Phật cũng không thể nâng tinh thần của một người đã chết cao hơn mức họ đạt được khi sống. Như thế, điều quan trọng là chúng ta tinh tấn tu dưỡng tâm mình khi sống và có được thân người.

### Tặng phẩm chân thật

Nếu bạn xem mọi vật như thân mình, như cái đau của mình, như hoàn cảnh riêng mình, thì làm sao cuộc sống của bạn có thể quý báu, còn của người khác thì không? Đây là tặng phẩm chân thật và là trái tim của một Bồ tát.

Có thể tha thứ mọi sự. Khi một tâm đẹp như thế làm việc với nhau như một với mọi sinh vật và sự vật trong vũ trụ, sẽ có thể có quà tặng chân thật – ban tặng không điều kiện, không có "bạn" hay "tôi".

Khi bạn cho đi vật gì, hãy cho mà không có tư tưởng về cho. Bạn nên đưa ngay cả quà tặng cho Chủ nhân Không và buông bỏ nó với sự chân thành sâu xa. Theo lối thường, cho giống như mang tiền vào tiệm và trao đổi một vật khác: Cho dù bạn cho người khác, bạn không chỉ cho mà còn nhận nó nữa.

Hãy cố cho và giúp người khác khi bạn thấy được chính mình hoàn toàn dính mắc. Người ta thường dùng rất nhiều năng lượng lo về "cái của tôi" đến nỗi họ thực sự ngăn chặn hẳn những gì mới đến với họ. Mọi vật được kết nối, và tất cả năng lượng sẵn có cố gắng tỏa bình đẳng giữa mọi sự và mọi sinh vật, nhưng sự dính mắc của chúng ta và những cái nhìn quy ngã đã ngăn chặn hẳn năng lượng này.

Dù cho bạn giúp người khác rất nhiều, nếu bạn làm với tư tưởng không vui hay với gương mặt cau có, thì do miễn cưỡng, nó không thể thành công đức. Hơn nữa, không thành vấn đề bạn đã làm bao nhiêu việc tốt hay bạn đã bố thí bao nhiêu, chừng nào bạn còn nghĩ "Tôi làm điều này...," thì nó không thể thành công đức. Hãy buông bỏ những tư tưởng tập trung quanh "tôi" ngay khi bạn nhận ra chúng và tiến lên. Khi bạn thấy cả hai vật chất và phi vật chất như một, nếu bạn nhấc một ngón tay, nó có thể động toàn thế giới. Công đức này vượt trên sự hiểu biết.

"Ban cho" thiết lập nền tảng mà với nó bạn có thể báo đáp lòng ân cần của cha mẹ, có thể ban ánh sáng mặt trời cho con cái và làm mạnh mẽ cội nguồn của chúng.

"Ban cho" có thể là từ bi, và không cho cũng có thể là từ bi, chỉ chắc chắn rằng nó lợi ích người khác.

### Số phận và định mệnh

Khi tâm sáng suốt, không phải do số phận. Khi tâm đen tối không phải do định mệnh. Trong pháp của Phật, không có số phận và định mệnh, và tam tai bát nạn cũng không có. Pháp của Phật thực sự tươi mới và tự do.

Không có gì như là số phận hay định mệnh. Mọi vật tùy thuộc cách bạn dụng tâm. Khi bạn không thoát khỏi dính mắc, những điều này rốt cuộc sẽ trở thành những nguyên nhân của những gì bạn kinh nghiệm. Như thế, cuối cùng, hạnh phúc và bất hạnh tùy vào cách bạn dụng tâm.

Khi một nghệ sĩ được giao một vai trò, họ theo kịch bản được giao. Cũng thế, chúng ta là những nghệ sĩ mà lời thoại của mình đã được viết bằng những kết quả của hành động của riêng mình. Không hề gì dù bạn thích lời thoại hay không, bạn không được phép làm sai chúng. Bạn là người tạo kịch bản, cái núi tập khí này được gọi là số phận, định mệnh, vậy bạn cũng là người làm tiêu tan chúng.

Khi bạn sanh ra với thân, bạn đã mang theo nghiệp tốt và xấu mà bạn đã tích chứa hằng tỉ kiếp. Khi điều này biểu lộ, người ta lầm cho nó là số phận hay định mệnh. Tuy nhiên, nếu bạn phó thác hết những gì khởi lên từ cả hai bên trong và bên ngoài thân mình cho bản thể, và để nó tan biến, thì khi cái "tôi" biến mất, nghiệp cũ của bạn kết thúc và bạn ngưng tạo nghiệp mới. Người biết nguyên lý này sẽ không nói về số phận và định mệnh.

### Tin vào ngoại lực

Khi những vấn đề xảy ra, hầu như mọi người đi tìm giải pháp ở nơi nào đó ngoài chính họ, thay vì nhìn vào trong. Họ dựa vào bác sĩ và bệnh viện đối với những vấn đề thuộc thân thể, và họ cố giải quyết cảnh nghèo cùng nhờ vào sự giúp đỡ của người khác. Họ hỏi thầy bói về vận mệnh của mình, và họ dựa vào trường học về phương diện giáo dục. Đây có thể là những giải pháp tạm thời, nhưng chúng không thể là giải pháp vĩnh cửu. Dù người ta nói rằng y phục là bộ cánh (có nghĩa là khi xuất hiện đẹp đã có thể tạo mọi cơ hội), nếu bạn có mặc y phục rất đẹp đi nữa, y phục không thể trở thành thân của bạn. Cũng thế, dù việc gì có vẻ như có ích, nếu bạn tìm nó ở đâu khác hơn bên trong bạn, nó không phải giải pháp thực sự. Như thế trên tất cả, bạn phải tìm chính bạn. Trí tuệ và năng lượng chăm lo mọi chướng ngại vật của bạn, đã sẵn có trong bạn. Nếu bạn lang thang tìm gì ở ngoài, bạn không có được lợi thế của những giải pháp vô hạn ở bên trong. Hạnh phúc không đến từ bên ngoài, nó ở bên trong.

Nếu bạn cầu xin cứu giúp từ ngoại lực, thì bạn đã rơi vào nhị nguyên. Không nhằm nhò gì dù bạn tốn bao nhiêu nỗ lực để cầu xin như thế, nó không đạt được chút công đức nào. Đây là vì mọi chướng ngại đã khởi lên từ bản thể của bạn, vì thế chỉ bản thể của bạn mới có thể chăm sóc nó.

Bạn trồng trọt, thu hoạch, nấu và ăn gạo của mình. Không ai có thể cho bạn, và không ai có thể làm thay bạn. Do đó bạn phải tập trung trong việc khai mở tâm mình. Nếu thay vào đó, bạn lang thang mang một bát rỗng đi xin giúp đỡ, bạn sẽ không bao giờ toại nguyện. Đừng cô phụ Chủ nhân Không của bạn, đã cưu mang bạn nơi này qua hằng trăm triệu kiếp.

Nếu bạn tin một cách mù quáng vào ngoại lực, có thể nói bạn đã quay lưng với tiềm năng vĩ đại và vô hạn của một con người, khả năng thành Phật. Nếu bạn là một con người, thì như loài vật thượng đẳng, bạn phải biết phản quan tự kỷ.

### Xung đột tôn giáo

Tôn giáo là một cái tên. Người ta gọi tên theo hoàn cảnh hay địa thế, nhưng cơ bản chúng vẫn là một gia đình. Tôn giáo không phải là cái để tranh giành. Người ta đấu tranh vì người ta muốn đấu tranh. Thượng đế không bảo họ phải đấu tranh, và chúa Jesus không nói họ đấu tranh. Đức Phật không ra lệnh chiến đấu, và đấng Allah không hạ lệnh họ đấu tranh. Người ta chỉ tìm cách biện hộ việc đấu tranh, họ bảo rằng họ đang chiến đấu nhân danh đấng tối cao của họ.

Tư tưởng của mỗi người khác nhau, nhưng làm sao chân lý có thể khác nhau? Ngay trong đạo Phật, nhiều người khác nhau tin theo những đường khác nhau. Từ vài cách nhìn, có thể nói rằng họ tin những tôn giáo khác nhau. Nếu người ta biết rằng chân lý là một, thì dù tôn giáo có những tên khác nhau, tất cả họ vẫn như cùng tin một tôn giáo. Đừng cho rằng một tôn giáo đặc biệt là lối duy nhất. Thay vì thế, nếu bạn hiểu đúng những giáo lý của bạn và thực hành, bạn sẽ trở nên khiêm tốn. Bạn sẽ nhận ra rằng bạn và tôi, bạn và thế giới, bạn và vũ trụ, bạn và mỗi một vật, là một. Khi chúng ta đứng trước chân lý, sự tranh luận về tôn giáo của bạn và của tôi vô giá trị như những hạt bụi.

*Trung tâm thiền Nhất Tâm,*
*Hán Thành, Đại Hàn*
*thương tiếc báo tin*

Vị thầy thân yêu của chúng tôi,

Thiền sư ni Đại Hằng đã viên tịch ngày thứ Hai 21/05/12, thọ 85 tuổi. Sư Bà xuất gia đã 63 năm. Lễ tang sẽ cử hành ngày thứ Bảy 26/05/12, mọi chi tiết lễ tang sẽ được cập nhật hoá.

Thiền sư ni Đại Hằng là một vị thầy hi hữu ở Đại Hàn: một vị ni làm thiền sư, độ cả bên Tăng, một bậc thầy đã làm hồi sinh Phật giáo Đại Hàn khi tích cực phát động sự tham gia của nam giới và người trẻ tuổi.

Sư bà đặt cư sĩ làm trọng tâm cho mọi nỗ lực làm việc, phá vỡ sự tu tập tâm linh truyền thống bằng phương cách giảng dạy ai ai cũng có thể tu tập và chứng đắc. Cùng lúc, Sư bà là nguồn tác động mạnh mẽ cho sự phát triển của Ni chúng, hỗ trợ tối đa các trường truyền thống giáo dục chư Ni cùng sáng lập Ni bộ Đại Hàn.

Sinh trưởng ở Đại Hàn năm 1927, mới bảy tuổi Sư bà đã giác ngộ. Những năm về sau, Sư bà tự học hỏi để ứng dụng những điều mình đã hiểu vào sự tu tập. Sư bà đi lang thang khắp núi rừng Đại Hàn trong bộ đồ rách rưới, gặp gì ăn đó. Nhiều năm về sau, Sư bà bảo không phải Sư bà muốn sống khổ hạnh, chỉ là vì Sư bà hoàn toàn tập trung vào việc đưa mọi thứ trở lại bản tâm Phật tánh, và xem mọi chuyện sẽ vận hành ra sao nếu hoàn toàn phó thác vào đó.

Điều này ảnh hưởng sâu sắc đến phương cách giảng dạy của Sư bà về sau, bởi rõ ràng là Sư bà có thể nắm được nguồn năng lực tiềm tàng rộng lớn cũng như trí tuệ có sẵn trong mỗi chúng ta. Nhưng Sư bà cũng thấy nhân loại khốn khổ vì không biết gì về bản tâm mà lại tìm cầu bên ngoài. Thấu rõ mỗi chúng ta đều có nguồn ánh sáng rộng lớn đó, Sư bà dạy phải nương tựa vào bản tâm cùng quyết không dạy điều gì khiến quên đi nguồn tâm đó.

Lòng từ bi sâu xa đã khiến Sư bà trở thành huyền thoại rất lâu trước khi Sư bà khởi sự ban lời dạy cho mọi người. Sư bà nổi tiếng là có năng lực tâm linh để giúp đỡ người ta trong bất kỳ vấn đề nào, vào mọi tình huống. Sư bà ví lòng từ bi như giải thoát chú cá ra khỏi vũng nước cạn, cho một gia đình không nhà có nhà ở, tặng học phí giúp một học sinh tốt nghiệp trung học. Và khi Sư bà làm những điều đó, hoặc còn nhiều chuyện nữa, ít ai biết là Sư bà đã nhúng tay.

Sư bà hỗ trợ nhiều chương trình phúc lợi xã hội, xây dựng nhiều trung tâm ở 11 quốc gia trên thế giới (15 trung tâm ở Đại Hàn và 10 ở các quốc gia khác). Bài giảng của Sư bà đã được dịch sang tiếng Anh, Đức, Tây Ban Nha, Nga, Ý, tiếng Hoa, Nhật, Pháp và Việt Nam.

# Không có sông nào để vượt qua

## THIỀN SƯ NI DAEHAENG
### HẠNH HUỆ dịch

***

---

## Những cuốn sách khác của Thiền sư ni Daehaeng bằng tiếng Việt

---

- tỉnh thức và cưới
  (Hanmaum Publications; Vien Chieu, Vietnam)
- Chạm mặt đất
  (Hanmaum Publications; Vien Chieu, Vietnam)
- Tìm kho báu bên trong
  (Hanmaum Publications; This book is intended for free )